சின்னஞ்சிறு கூட்டுக்குள்ளே

கோகுல் சந்திரன்

notionpress.com

INDIA • SINGAPORE • MALAYSIA

ISBN

Paperback 979-8-90319-376-9
Hardcase 979-8-90431-660-0

உள்ளடக்கம்

01

இருட்டில் ஒரு கடிதம்

வைஷாலி: "நா வைஷாலி... என்னடா!! இப்டி சம்பந்தமே இல்லாம தனியா நின்னுட்டு இருக்காளே னு பாக்குறீங்களா? யெஸ்..., தனியா தான் இருக்கேன். பட் நிம்மதியா இருக்கேன்.

தனிமைய பாத்து தெறிச்சி ஓடின ஆளுங்கள்ள நானும் ஒருத்தி... பட், அதெல்லாம் ஒரு காலம். தனிமை... நாம நேசிச்சவங்களால நமக்கு கொடுக்கப்பட்ற ரொம்ப பெரிய விலைமதிப்பில்லாத பாடம்...! ஒரு கதவ மூடும் போது இன்னொரு கதவு தெறக்குற மாதிரி, ஒருத்தர் போகும் போது இன்னொருத்தர் வருவாங்க. அத என்ஜாய் பண்ண கத்துக்கிட்டேன்! வாழ்கைல இந்த மாதிரியே வாழுறதும் கூட நல்லா தான் இருக்கு. இல்லையா பாப்பா?"

முகம் தெளிந்த புன்னகையோடு அவள் கேட்க, அவள் கரம் பிடித்து அதே திசையைப் பார்த்துக் கொண்டிருந்த அந்த பத்து வயது குழந்தையும் மெல்லிய புன்னகையுடன் தலையை மேலும் கீழும் ஆட்டியது.

நிலவின் அந்த மங்கலான வெளிச்சத்தின் மத்தியில், துபாய் நகரமே ஜொலித்துக் கொண்டிருந்தது. கிட்டத்தட்ட

அனைத்துமே பிரகாசமாய் இருந்தது; அந்த ஒருத்தியின் விழிகளை தவிர. அவள் தான் வைஷாலி. அப்பாவி தனத்தின் மறு உருவமாய் இருப்பவளை அவ்வப்போது இப்படிப்பட்ட கருமேகங்கள் சூழ்வதுண்டு.

வைஷாலி: “இது… அடக்கடவுளே…!”

அவளின் மிரண்டு உருண்டு கொண்டிருந்த அந்த விழிகளே சொல்லிவிடும் அவள் அதிகமாய் பயந்திருக்கிறாள் என்று. அவளது கரங்கள் ஏதோ ஒரு காகிதத்தை இறுக்கமாய் பற்றி இருந்தன.

தன் காகிதம் கொண்ட கரங்களில் தன்னுடைய முகத்தை புதைத்துக் கொண்டு அழ தயாரானவள், அங்கு போடப்பட்டிருந்த Street lamp ஒன்றின் அருகே உள்ள ஆசனத்தில் தனிமையில் அமர்ந்து கொண்டாள்.

‘இங்க இருந்து போயிடு. துபாய் உனக்கான இடம் இல்லை’

அந்த காகிதத்தில் பொறிக்கப்பட்டிருந்த எழுத்துக்களின் அர்த்தம் புரியாமல் மீண்டும் மீண்டும் அதையே படித்த அவளின் மூளையால் கூட அதன் பொருள் காண முடியவில்லை.

வைஷாலி: “யாரு இதெல்லாம் அனுப்புறாங்க? கடவுளே…! என்ன எங்க கொண்டு வந்து நிறுத்தி வச்சிருக்க நிலா நீ!”

விடை தெரிய மர்மங்கள் அவளை பிய்த்து தின்ன, மெல்ல விழிகளை மூடிக்கொண்டவளின் பின்னால்

ஏதோ பாத சுவடுகளின் சத்தம் கேட்க, தன்னை அறியாமலே தன் கையில் இருந்த அந்த காகிதத்தை இறுகப் பற்றிக் கொண்டாள் வைஷாலி.

❀ ❀ ❀

இரண்டு வாரங்களுக்கு முன்பு... வெண்ணிலாவின் வீடு

வெண்ணிலா: "உன்னோடு வாழாத வாழ்வென்ன வாழ்வு; என் உள் நெஞ்சு சொல்கின்றது...!"

ரசித்து அந்த பாடல் வரிகளை பாடியபடியே தன் சமையலை அவள் தொடர்ந்து கொண்டிருக்க, வீட்டு வாசல் கதவு தட்டும் சத்தத்தில் சுயம் பெற்று சென்று கதவைத் திறந்தவளின் முகம் முழுவதும் புன்னகை ஒன்று மலர்ந்தது.

வெண்ணிலா: "வைஷாலி அக்கா... வந்துட்டியா! கார் டிரைவர் உன்ன எதுவும் தொல்லை பண்ணலையே?"

கேட்டுக்கொண்டே அவசர அவசரமாக தன் அக்காவின் கரத்தில் இருந்த ட்ராலியை வாங்கிக் கொண்டவள், வைஷாலியை வீட்டுக்குள் அனுமதித்தாள்.

வைஷாலி: "துபாய் நல்லா இருக்கு நிலா. கார் டிரைவர் என் கிட்ட எதுவும் பேசல. பேர சொன்னதும் கூட்டிட்டு வந்து நேரா இங்க விட்டுட்டாரு...! ஆன, என்ன கூப்பிட நீ வருவன்னு நெனச்சேன்!"

அவள் குரலில் ஒரு சோகம் இழையோடியது என்னவோ உண்மை தான்.

வெண்ணிலா: "ஐயோ அக்கா! இதெல்லாம் ஒரு விஷயமா? விட்டு தள்ளு. நான் கொஞ்சம் பிஸி யா இருந்தேன்! அதுனால தான்"

வெண்ணிலா சொல்ல, அதற்கு மேல் மறுத்து எதுவும் கூற முடியவில்லை வைஷாலியால்.

வைஷாலி: "சரி நான் எப்போ வொர்க் ல ஜாயின் பண்ணனும்?"

வந்ததே அதற்காக தானே! அதைப் பற்றி கேட்கவில்லை என்றால் எப்படி! ஆனால் அதைப் பற்றி கேட்டதும் வெண்ணிலாவின் முகத்தில் ஒரு தடுமாற்றம் ஒரு நொடி தோன்றி மறைந்தது.

வெண்ணிலா: "என்ன அக்கா நீ! இப்போ தானே வந்திருக்க. கொஞ்சம் துபாய் ய பழக்கப்படுத்திக்கோ! அப்புறம் வொர்க்ல சேரலாம். ஓகே வா..?"

அவளின் கேள்விக்கு வைஷாலி பதில் கூறும் முன்பே வெண்ணிலாவின் அலைபேசி அதிர்ந்தது. அழைப்பை எடுத்து பேசியவளின் முகத்தில் இருந்த புன்னகை எல்லாம் மாறி, ஒருவித யோசனையை அவள் வதனம் தத்தெடுக்க, இதையெல்லாம் வைஷாலியும் பார்த்துக் கொண்டுதான் இருந்தாள்.

வைஷாலி: "என்ன ஆச்சு?"

வெண்ணிலா: "நத்திங்கா... நா கொஞ்சம் வெளிய போகணும். நீ தனியா எங்கயும் வெளிய போயிடாத!"

அவசரமாக சொல்லிவிட்டு தன்னுடைய ஹேண்ட்பேக் ஐ எடுத்துக்கொண்டு வெளியே ஓட, எதுவும் புரியாமல் எழுந்து சென்று ஜன்னல் பக்கம் பார்த்த வைஷாலியின் புருவங்கள் இரண்டும் ஏதோ ஒரு காட்சியைப் பார்த்து முடிச்சிட்டன.

❀ ❀ ❀

இன்று...

வைஷாலியின் அலைபேசியும் அதிர்ந்தது.

வைஷாலி: "எனக்கு யாரு மெசேஜ் பண்றது? வாழ்கைல என்ன நடக்குது ன்னு எதுவுமே புரிய மாட்டேங்குது"

வாய்விட்டு புலம்பிய படியே அலைபேசியை உயிர்ப்பித்தவளின் விழிகள் பெரிதாய் விரிந்து கொண்டன.

குறுஞ்செய்தி: "யூ ஷூட் ஹேவ் ஸ்டேயட் இன் இந்தியா"

வைஷாலி: "ஃஊ ஆர் யூ? வாட் யூ வான்ட்?"

அவசரமாக அவள் பதில் குறுஞ்செய்தி அனுப்ப, அலைபேசியில் பதில் வரவில்லை. ஆனால், திடீரென்று அந்த தெருவில் க்ரீச்சிட்டு வந்து நின்ற பெரிய கார் ஒன்றிலிருந்து தொடர் வெளிச்சம் மட்டும் அவளின் விழிகளை உறுத்திக் கொண்டிருந்தது...

வைஷாலி (மனதில்): "நீ இப்டியே பயந்துட்டு இருந்தா, எதுவும் நடக்கப் போறதில்ல எழுந்து போய்ட்டு யாருன்னு பாரு வைஷாலி!"

அவள் மனம் உந்த, தைரியத்தை வரவழைத்துக் கொண்டு எழுந்து அந்த காரின் அருகே சென்றவளின் இதயம் ஒரு நொடி நின்று துடித்தது.

வைஷாலி: “வெண்ணிலா நீ இங்க என்ன பண்ற?”

அங்கு அவள் தங்கையை நிச்சயம் எதிர்பார்க்கவில்லை.

நிலா: “அத நான் தான் உன் கிட்ட கேக்கணும் அக்கா”

கேட்டவளின் முகம் இறுகிப் போயிருந்தது.

வைஷாலி: “இங்க எதுவுமே சரியா இல்ல நிலா! என்னோட ஒர்க்ல நா ஜாயின் பண்ணனும். உண்மைலயே வேலை இருக்கா? இல்ல, நீ சும்மா சொன்னியா?”

சிறு தடுமாற்றத்தோடு கேட்டவளின் கரங்கள், அந்த காகிதத்தை நிலாவின் கண்களில் இருந்து மறைக்க பெரும் பிரயத்தனம் செய்து கொண்டிருந்தன.

நிலா: “நீயா எதுவும் கற்பனை பண்ணிக்காத க்கா! எல்லாம் சரியா வரும். வா, வீட்டுக்கு போகலாம்!”

நிலா பதில் சொல்ல, ‘நான் கேட்டது என்ன! நீ சொல்வது என்ன?’ எனும் ரீதியில் தன் தங்கையை ஒரு பார்வை பார்த்து வைத்தாள் வைஷாலி.

வைஷாலி: “நீ போ… நா வர்றேன்!”

என்று விட்டு வைஷாலி மீண்டும் அதே இடத்தில் அமர்ந்து கொள்ள, சற்று நேரம் தன் அக்காவை உருத்து

விழித்த நிலா அதற்கு மேல் எதுவும் செய்ய முடியாமல் வண்டியை எடுத்துக் கொண்டு கிளம்பினாள்.

❀ ❀ ❀

அதே நாள் - நள்ளிரவு நேரம்...

வைஷாலி கூட வீட்டுக்கு வந்து விட்டாள், ஆனால் அவளுக்கு முன்னால் சென்ற நிலா இன்னும் வீடு வந்து சேரவில்லை. இது வைஷாலிக்குள் இருந்த சந்தேகத்தை மேலும் கிளறி விட்டது.

வைஷாலி: "இதுக்கு முன்னாடி நான் பாத்த என் தங்கச்சி இல்ல டி நீ - நீ ரொம்பவே மாறிட்ட நிலா"

வீட்டில் பெரிதாக மாட்டி வைக்கப்பட்டிருந்த நிலாவின் புகைப்படத்தை பார்த்து பேசினாள். அந்நேரம் எதேர்ச்சியாக நிலாவின் அறை பக்கம் வைஷாலியின் விழிகள் திரும்ப, அவளின் மூளை செய்யக்கூடாத ஒரு விஷயத்தை செய்ய சொல்லி வைஷாலியை உந்தியது.

வைஷாலியின் மனசாட்சியோ அதை செய்யாதே என்று அவளை நிறுத்த முயல, அவளின் மூளை செய்தே ஆகவேண்டும் என்று அடம் பிடித்தது. இதன் விளைவாக வைஷாலியின் பாத சுவடுகள் நிலாவின் அரை வாசலில் முற்றுகையிட்டன.

வைஷாலி: "என்ன மன்னிச்சிடு நிலா!"

மானசீகமாக சொன்னவள் அறைக்குள் சென்று தன் கேள்வியின் பதிலைத் தேடினாள். அறை முழுவதையும்

பிரட்டி போட்டு விட்டாள். எடுத்த பொருட்களை அதே இடத்தில் கூட வைத்து விட்டாள். ஆனாலும் தேடல் பூஜ்ஜியத்தில் வந்து நின்றன. விரக்தி அடைந்தவள் அங்கிருந்து எழுந்து செல்ல முயல, வைஷாலியின் விழிகளில் சிக்கியது அந்த ஒரு அலமாரி.

வேகமாக சென்று அதை திறந்து பார்த்தவளின் கண்களில் தென்பட்டது ஒரு புகைப்படம் தான்.

வைஷாலி: "யாரு இவங்க?"

அந்த முகத்தை உற்று பார்த்தவள், புகைப்படத்தை மறுபக்கம் திருப்ப, அதற்கு பின்னால் 'மே பீ..?? என்று ஆங்கிலத்தில் எழுதப்பட்டிருந்தது.

வைஷாலி: "யாரா இருக்கலாம்? ஒருவேளை..."

ஆழமாய் சிந்திக்க முயன்றவளின் சிந்தனையை தடுக்கும் விதமாக நிலா வரும் சத்தம் கேட்க, அவசரமாக அனைத்தையும் மூடி சரி செய்து வைத்தவள் எதுவும் தெரியாதது போல சோஃபாவில் சென்று அமர்ந்து கொண்டாள்.

உள்ளே வந்த நிலா பெரிதாக எதுவும் பேசவில்லை. வைஷாலியை ஒரு பார்வை பார்த்தவள், நேராக தன் அறைக்குள் சென்று கதவடைத்துக் கொண்டாள்.

உள்ளே வந்தவள் அவசரமாக அலைபேசியில் யாருக்கோ அழைத்தாள்.

வெண்ணிலா: "அக்காவுக்கு ஏதோ தெரிஞ்சிருக்கு. தேவையில்லாத கேள்வி எல்லாம் கேக்கரா. நா

ஏதாச்சும் சொன்னாலும் அத நம்பாத மாதிரி ஒரு லுக் விட்றா.. இ ஆம் நாட் சுயர் பட் சம்திங் இஸ் ஃபிஷி. சீக்கிரமா அவளுக்கு ஒரு ஒர்க் அரேன்ஜ் பண்ணனும்!"

அவளது குரலில் அப்பட்டமாக பதற்றம் தெரிந்தது.

மறுமுனை (ஆண்) குரல்: "அப்போ அவ கண்டுபிடிச்சிட்டா ன்னு சொல்ல வரியா?"

நிலா: "நோ… எனக்கு தெரியல! ஆனா நம்ம ஏதாச்சு பண்ணனும்…

மறுமுனை குரல்: "நீ அவள வீட்ல தனிய விட்டு வச்சிருக்க இடியட். அதுவும் ரெண்டு வாரமா. அப்போ எதாச்சும் தெரிஞ்சுக்கணும் ன்ற ஆர்வம் வர தான் செய்யும். அது தான் மனித இயல்பும் கூட. யூ ஆர் யூஸ்லெஸ்…!"

சரமாரியாக திட்டு விழுந்தது.

நிலா: "அதான் நா சொல்றேனே! ஒரு ஒர்க் ஓகே ஆகிட்டா, எல்லாம் செரியாயிரும்…! ஆனா…"

அவள் இழுக்க, மறுமுனை குரலின் பொறுமை காற்றில் கரைந்தது.

மறுமுனை குரல்: "வேலைக்கு நா எதாச்சும் பண்றேன். அது வரைக்கும் நீ நம்ம பிளான் படி நடந்துகோ… இதுக்கு மேலயும் நீ எதயாச்சும் சொதப்பி வச்சா, என்னால எதுவுமே பண்ண முடியாது நிலா"

சொல்லிவிட்டு படார் என அழைப்பை துண்டித்தது அந்த கரகரத்த குரல்.

நிலா (மனதில்): "நோ…நோ…நோ… ஏதாச்சும் பண்ணு நிலா. இல்ல ன்னா, எல்லாமே கெட்டுப் போய்டும்! சீக்கிரமா ஒரு வழிய கண்டு பிடி!"

தனக்குள் உறுதியாய் பேசியவள் கதவருகே சென்றாள்.

நிலா: "சாரி வைஷாலி… உன்ன காயப்படுத்தனும் ங்குறது என் எண்ணம் கிடையாது. ஆன, நா எனக்காக இத நா பண்ணி தான் ஆகணும்… இதோட முடிவு எங்கேனு எனக்கு தெரியல. நல்லாதா இருக்கும் ன்னு நம்புறேன்!"

நினைத்துக் கொண்டே கதவைத் திறந்தவள், மறு நொடி அதிர்ந்து இரண்டு அடி பின்னால் சென்று நின்றாள்.

02

வஞ்சகத்தின் கிசுகிசுக்கள்

நள்ளிரவு – வென்னிலாவின் வீட்டில்

வெண்ணிலா: "அக்கா... நீ... நீ இன்னும் தூங்கலையா?"

சட்டென்று முகத்திற்கு நேரே வந்து நின்ற வைஷாலியைக் கண்டு பதறிப் போயிருந்தாள் வெண்ணிலா.

வைஷாலி: "எப்டி தூக்கம் வரும் நிலா?"

ஒற்றை வரியில் ஆயிரம் கேள்விகள் புதைந்திருந்தன.

வெண்ணிலா: "ஏன்? என்னாச்சு!!"

புரிந்தும் புரியாமல் வினவும் தங்கையை புதிதாய் பார்த்தாள் வைஷாலி.

வைஷாலி: "லேட் நைட்ல எங்க போய்ட்டு வந்த நிலா நீ...?"

வைஷாலியின் அந்த ஊடுருவும் பார்வையுடன் கூடிய வினாவானது, நிலாவை துளைத்து எடுத்தது. நிலா கஷ்டப்பட்டு பிடித்து வைத்திருந்த பொய்யான புன்னகையும் இப்போது வர மறுத்தது.

நிலா: "நா கொஞ்சம் வேல விஷயமா தான் போய்ட்டு வர்றேன். நீ மறுபடியும் ஓவரா யோசிச்சு கொழம்ப ஆரம்பிச்சிட்டியா கா!"

தன்பேச்சில்சமநிலையைப்பேணபெரும்பாடுபட்டாள்.

வைஷாலி: "ஆனா.. தினமும்...."

நிலா: "ஐயோ போதும் கா... விட்டா உன்னோட டிடெக்டிவ் மூளை திங்க் பண்ணிட்டே இருக்கும். போய்ட்டு தூங்கு. எதுவாயிருந்தாலும் காலைல பேசிக்கலாம்...!"

பேசிக்கொண்டே வைஷாலியை அழைத்து சென்று அவளின் படுக்கையில் படுக்க வைத்த நிலா, போர்வையையும் போர்த்திவிட்டே அறையை விட்டு வெளியே வந்தாள்.

நிலா (மனதில்): "ஓ காட்... திஸ் இஸ் கெட்டிங் டூ ரிஸ்கி..."

தனக்குள் சொல்லிக் கொண்டவளின் உறக்கம் அன்றைய இரவு தொலைந்து போனது என்னவோ உண்மை தான்.திரையில் சூரியன் உதிக்கும்.

எப்போது பொழுது புலரும் என்று இரு சகோதரிகளும் காத்திருந்தனரோ தெரியவில்லை; ஆனால் முதலில் அறையை விட்டு வெளியே வந்தது நிலா தான். இரவு முழுவதும் உறங்காமல் சிந்தித்துக் கொண்டு இருந்ததால் கடும் பசி அவளை பிய்த்து தின்ன, சமையல் அறைக்குள் நுழைந்தவளை பார்த்துக்கொண்டு சில நிமிடங்களிலேயே வைஷாலியும் வந்து சேர்ந்தாள்.

நிலா: “என்னக்கா? அதுக்குள்ள எழுந்துட்ட?”

நேற்றைய பதற்றம் மீண்டும் தொடர, மூச்சு விடுவது கூட சிரமமாக இருந்தது நிலாவுக்கு.

வைஷாலி: “நிலா. நா உன் கிட்ட கொஞ்சம் பேசணும்!”

அவள் ஏதோ பேச ஆரம்பிக்க,

வெண்ணிலா: “கண்டிப்பா அக்கா. நாம பேசாம வேற யாரு பேச போறாங்க? நிச்சயமா பேசலாம். ஆனா நா வந்ததுக்கு அப்றம்…!”

சாதாரணமாக ஆரம்பித்தவள் படப்படவென பேசி முடித்துவிட்டு வேகமாக தன் உடையை அணிந்து கொண்டு வாசல் பக்கம் நோக்கி நடந்தாள்.

வைஷாலி: “இப்போ எங்க போற?”

நிலா: “வந்து சொல்றேன் கா…!”

அவ்வளவு தான். அதற்கு மேல் வைஷாலி பேசிய பேச்சு எல்லாம் காற்றில் கரைந்து போயின. வெண்ணிலா எப்பொழுதோ அங்கிருந்து சென்று விட்டாள்.

வைஷாலி: “இப்போ என்ன மறைக்கறாலோ?”

நெற்றியை நீவி விட்டுக்கொண்டு ஜன்னல் வழி பார்த்தவளது முகம் கோணலாய் மாறியது. ஏனோ காரணமே இன்றி நேற்று நிலாவின் அறையில் கண்ட அந்த புகைப்படத்தில் இருந்த உருவம் வைஷாலியின் சிந்தனையை முற்றுகையிட, ஆழமாக விழிகளை

மூடியவளின் எண்ணங்களை கலைத்தது அவளின் அலைபேசியின் ஒலி.

வைஷாலி: “மேரி மேடமா…! இவங்க எதுக்காக கால் பண்றாங்க”

சில நொடிகள் சிந்தித்தவள், பின் உடனே அழைப்பை ஏற்று காதில் வைத்தாள்.

வைஷாலி: “ஹலோ! மேரி மேடம்”

தங்கை குறித்த எண்ணங்கள் மறைந்து அவளது குரலில் ஒரு உற்சாகம் தெரிந்தது..

மேரி: “என்ன வைஷாலி…! துபாய் ல வொர்க் பிரஷர் அதிகமா இருக்கா? போனதும் ஒரு கால் கூட பண்ணலையே நீ!”

அவர் குரலில் ஒரு கரிசனை எட்டிப் பார்த்தது. மேரி கேட்டதும் தான் அவளுக்கு ஞாபகமே வந்தது. மானசீகமாக தலையில் அடித்துக் கொண்டவள் உடனே பதில் கூறினாள்.

வைஷாலி: “ஐயோ… அப்டி எல்லாம் எதுவும் இல்ல மேடம்…!”

வைஷாலி: “ஹா.. ஹா.. சரி விடு! நா ஒரு முக்கியமான விஷயம் உன்கிட்ட சொல்ல தான் Call பண்ணேன். இப்போ நீ free யா இருக்கியா?”

அவர் கேட்க, மறுப்பு கூற தோன்றவில்லை அவளுக்கு.

வைஷாலி: “ஆமா. நா free யா தான் இருக்கேன். என்ன விஷயம் சொல்லுங்க!”

இயற்கையிலேயே பிறருக்கு உதவும் குணம் கொண்டவள் எதில் இருந்தும் பின் வாங்கியதில்லை.

மேரி: “உன்கிட்ட பிடிச்சதே இது தான். ஓகே.. நா என்ன சொல்ல வந்தேன்னா…”

என்று ஆரம்பித்தவர் பின்னர் என்ன சொன்னாரோ, சாந்தமாய் இருந்த வானியின் முகம் கொஞ்சம் கொஞ்சமாக மாற ஆரம்பித்தது.

வைஷாலி: “வெரிஃபிகேஷன் எல்லாம் ஒரு வர்ஷத்துக்கு அப்பறமா தானே மேடம் நாம பண்ணுறது! இது ரொம்ப சீக்கரமா பண்ணறோம்”

மேரி: “இல்ல வைஷாலி. கண்டிப்பா இப்பவே பண்ணனும். ப்ளீஸ் எனக்காக இத நீ பண்ணி தான் ஆகணும். நீ நோ சொல்ல மாட்டன்ற நம்பிக்கை எனக்கு இருக்கு”

சாதாரணமாக கேட்டாலே மறுக்க தெரியாதவள், இப்படி கேட்டால் முடியாது என்று சொல்லிவிடுவாளா என்ன! வெகு நேரம் சிந்தித்தவள் ஒரு முடிவுக்கு வந்தாள்.

வைஷாலி: “சரி பண்றேன் மேரி மேடம்!”

மேரி: “ப்ரைஸ் தி லார்ட்…! ஓகே நா ஒரு அட்ரெஸ் உனக்கு வாட்ஸப் பண்றேன். அங்க தான் நீ போய்ட்டு வெரிஃபை பண்ணனும். பிளீஸ் வேலை முடிஞ்சது எனக்கு கால் பண்ணு.

வைஷாலி: “மேடம்…. எல்லாம் ஓகே தானே?”

மேரி: "எஸ்... எஸ்...! கடவுளை நம்பு வைஷாலி. எல்லாம் செரி ஆகிடும் அப்ப நா வச்சிட்றேன்"

ஆறுதல் வார்த்தைகள் பொழிந்தவர் அடுத்த நொடி அழைப்பை துண்டிக்க, நடுக்காட்டில் கண்ணை கட்டி தனியாய் விட்ட நிலை தான் வைஷாலியினுடைய நிலை.

வைஷாலி: "இவ்ளோ பெரிய ஊருல இத நா எப்டி பண்ண போறேனோ கடவுளே!"

தனக்குள் புலம்பியவள் ஒரு தைரியத்தை வரவழைத்துக் கொண்டு எழுந்து தயாராகி வெளியே வந்தாள். துபாய்க்கு வந்ததில் இருந்து அருகில் இருக்கும் தெருவை தாண்டி அவள் பயணித்தது கிடையாது. இப்போது செல்லத்தான் போகிறாள். ஆனால் வெகு தொலைவுக்கு.

வைஷாலி: "நீ தான் என் கூட இருக்கணும் கடவுளே!"

மானசீகமாக கடவுளை வேண்டிக் கொண்டவள் தன் பயணத்தை தொடர, அவளுக்கு உதவியாய் இருந்தது Google மேப் தான். ஓரளவு தூரம் நடந்து சென்றவள் ஒரு சூப்பர் மார்க்கெட்க்கு அருகில் நின்றாள்.

வைஷாலி (மனதில்): "யப்பா! எல்லாமே இங்கயே இருக்கும் போலையே! துபாய் ன்னா சும்மாவா. சரி உள்ள போயி எதாச்சும் வாங்கலாம். வழியில சாப்ட தேவப்படும்"

தனக்குள் ஒரு முடிவுக்கு வந்தவள், உள்ளே சென்று அரை மணி நேரத்திற்கு மேல் அந்த சூப்பர் மார்கெட் ஐ தான் சுற்றிப் பார்த்துக் கொண்டிருந்தாள். எதை

வாங்குவது என்றே தெரியவில்லை. அப்பாவியான ஒரு குழந்தைக்கு பார்ப்பதெல்லாம் பிடிக்கும் அல்லவா! அப்படியான ஒரு மனநிலையில் தான் இருந்தாள் வைஷாலி.

வைஷாலி (மனதில்): “எல்லாத்தையும் வாங்கிக்க காசு எங்க இருக்கு! வேலைக்கு போனதும் முதல் மாச சம்பளத்துல வாங்கிக்கலாம்”

ஓர் இரண்டு பழங்களும், சில பிஸ்கட்களும் வாங்கிக் கொண்டவள் திருப்தியான புன்னகையுடன் திரும்ப, அதேநேரம் அங்கு வந்த ஒருவரின் மீது மோதி அத்தனை பொருட்களையும் கீழே சிதற விட்டாள்.

வைஷாலி: “அச்சச்சோ! நீ என்ன பண்ணிட்ட வைஷாலி”

தலையில் அடித்துக் கொண்டு வேக வேகமாக அத்தனையையும் எடுத்து ஒரு கூடைக்குள் அவள் போட்டுக் கொண்டிருந்த காட்சியை தான் அவளை வந்து மோதியவன் வைத்த கண் வாங்காமல் பார்த்துக் கொண்டிருந்தான்.

வைஷாலி: “ரொம்ப சாரி சார்… நான் கவனிக்கல. ஐயோ நா ஒரு லூசு. தமிழ் ல சொல்றேன்! ஐ… ஆம் ரியலி சாரி… ஐ…!”

படப்படவென பேசிக்கொண்டே போனவளை கரம் நீட்டி தடுத்தான் அவன்.

மோதியவன்: “ஹே..ஹே… & எனக்கு தமிழ் தெரியும். சாரி எல்லாம் எதுவும் தேவையில்ல வைஷாலி!”

உரிமையாய் அவன் சொல்ல, அவனை புரியாத பார்வை பார்த்தாள் வைஷாலி.

வைஷாலி: "என்ன உங்களுக்கு தெரியுமா?"

விழிகள் இரண்டையும் பெரிதாக விரித்து கேட்டவளை பார்த்துக்கொண்டே இருந்தான் அவன்.

மோதியவன்: "ஐ ஆம் ஆதித்யா. எனக்கு உங்கள தெரியாது...! ஆனா இப்போ தெரிஞ்சுக்கலாம் ன்னு தோணுது"

சொன்னவன் அவளைப் பார்த்து ஒரு மந்தகாச புன்னகையை சிந்த, தன் இரு கரங்களாலும் தன்னுடைய சுடிதாரின் சேலையை இறுக்கமாக பற்றிக் கொண்டாள் வைஷாலி.

வைஷாலி: "அப்... அப்போ... என் பேரு... எப்டி!"

ஒரு கேள்வியை முழுமையாக கேட்க கூட அத்தனை தயக்கமாக இருந்தது அவளுக்கு.

ஆதித்யா: "நீங்களே தான் இப்போ சொன்னீங்க! அச்சச்சோ! நீ என்ன பண்ணிட்ட வைஷாலி ன்னு சொல்லி பதறினீங்க. அத வச்சு தான் கண்டுபிடிச்சேன்!"

சாதாரணமாக சொன்னவன் அவள் வைத்திருந்த கூடைக்குள் இன்னும் சில பொருட்களை அள்ளிப் போட்டான்.

வைஷாலி: "சரிங்க.. நா.... நா கிளம்பனும்! இதெல்லாம் நா வாங்குன things கிடையாது...!"

அவள் அதை எடுத்து வெளியே வைக்க பார்க்க, சட்டெனு அவளின் கரத்தை பற்றிக் கொண்டான் ஆதித்யா.

ஆதித்யா: "பரவாயில்லை... நா வாங்கி தர்றேன்"

அவளின் விழிகளை நோக்கி அவன் சொல்ல, பதறி போனவள் வேகமாக தன்னுடைய கரத்தை அவனின் முரட்டு கரத்திற்குள் இருந்து வெளியே பிடுங்கி எடுத்தாள். அவனை கண்டுகொள்ளாமல் அங்கிருந்து வைஷாலி நகர போக, அவளை இடைமறித்து வந்து தன் பெரிய உருவத்தை நிலை நிறுத்தி நின்றான் ஆதித்யா.

வைஷாலி: "சார்... வழி விடுங்க... பிளீஸ்!"

அவனின் முகத்தைக் கூட அவள் பார்க்கவில்லை. நிலத்தைப் பார்த்து அவனுடன் பேசினாள். யார் என்றே தெரியாத ஒருவன் தன்னை தொட்டு விட்டான் என்கிற கோபம் வேறு அவளை பிடுங்கி தின்றது.

ஆதித்யா: "ஏன் வைஷாலி என்னாச்சு? ஏதாச்சும் பிரச்சினாயா மா?"

இன்னும் சற்று அவன் அவளை நெருங்கி வர, மூச்சே நின்று விடும் போல இருந்தது வைஷாலிக்கு.

வைஷாலி: "ஐயோ.... நகர்ந்து நில்லுங்க சார். உங்க கூட எனக்கு பேச வேணாம். பிளீஸ் லெட் மீ ஃப்ரீ....

மீண்டும் அவனை தாண்டி செல்லப் போனவளை இம்முறை இடையோடு பிடித்து தன்னோடு ஆதித்யா இழுக்க, பெண்ணவளின் பூந்தேகம் பற்றி எரிந்தது.

❀ ❀ ❀

03

தவறான அபார்ட்மெண்ட்

இடையோடு அவன் இழுக்க பதறிப் போனவளுக்கு உடல் நடுக்கம் எடுக்கத் தொடங்கியது.

ஆதித்யா: “ஹே ரிலாக்ஸ். நான் உன்ன ஒன்னும் பண்ண போறது இல்ல.”

இயல்பான சிரிப்போடு சொன்னாலும் அவளால் அதை எப்படி ஏற்றுக் கொள்ள முடியும். யாரென்றே தெரியாத ஆடவன் இப்படி இடை தொட்டு நின்றால்...

ஐயோ! அவளுக்கு உடலெல்லாம் பற்றி எரிந்தது.

பல்லைக் கடித்து கண்களை இறுக மூடி அவனை ஒரே தள்ளாய் தள்ளிவிட்டவளுக்கு பெரிதாய் மூச்சு வாங்கியது. யாரும் இல்லா தனி தீவில் ஒரு அரக்கனிடம் மாட்டிக் கொண்டது போல் இருந்தது வைஷாலிக்கு. நிலா தன் அருகில் இருந்திருந்தால் இப்படி எல்லாம் தனக்கு நடந்திருக்காதோ என்று கூட ஒரு கணம் சிந்தித்தாள்.

ஆதித்யா: “பயந்துட்டியா? நா ஏதோ சும்மா விளையாட்டுக்கு...”

முன்னால் நகர்ந்து வந்தவனை அடிக்க கையை ஓங்கி விட்டாள். ஆனால் இதுவரை யாரையும் அடித்து பழக்கமில்லாதவளுக்கு அது கூட பயமாய் இருந்தது.

வைஷாலி: "தள்ளி போங்க சார்.."

குரல் நடுங்க சொன்னவள் தன் பொருட்களை அவசரமாய் பைக்குள் அள்ளிப் போட்டுக் கொண்டு ஓட்டமும் நடையுமாய் அங்கிருந்து நகர்ந்தாள்.

எதையும் பாராமல் நேராய் நடந்து போனவளை தடுத்தது ஒரு குரல்.

குரல்: "மேடம் பில் போட்டுட்டு போங்க."

திரும்பி பார்க்க மார்க்கெட்டில் வேலை செய்யும் ஒரு பெண் நின்றிருந்தாள்.

அந்த பெண்ணின் சந்தேகப் பார்வையைக் கண்டதும் தான் அவளுக்கு தான் செய்த மடத்தனம் உரைத்தது.

வைஷாலி: "ஓ சாரி."

சங்கடமாய் உணர்ந்தவள் பில் கவுன்டரில் போய் நின்றாள்.

அவளுக்கு முன்னால் இரண்டு பேர் பில் போட நிற்க அந்த ஏசியிலும் வியர்த்து ஊற்றியது.

கையால் வியர்வையை ஒற்றி ஒற்றி எடுத்தவளின் பார்வை அங்கும் இங்கும் அலை பாய்ந்து அவனைத் தேடியது.

உடனேயே அவளின் கண்களில் பட்டான் அவன்.

சிறு புன்னகையுடன் அவன் அவளை நோக்கி நடந்து வருவது தெரிய, பயத்தில் எச்சில் விழுங்கியவளுக்கு அதற்கு மேல் அங்கு நிற்க முடியவில்லை.

வைஷாலி: “நான் திங்க்ஸ் எதுவும் வாங்கல. சாரி.”

அருகில் இருந்த பணிப் பெண்ணிடம் பையைக் கொடுத்தவள் திரும்பி கூட பார்க்காது வெளியேறி விட்டாள்.

பணிப் பெண்: “மேடம்…மேடம்…”

அந்த பெண்ணின் குரல் காதில் கேட்டாலும் அதைக் கவனியாது வெளியேறியவளுக்கு கால்கள் கூட பிண்ணியது. கடினப்பட்டு சமாளித்துக் கொண்டு அவசரமாய் நடந்தவளுக்கு பலமாய் மூச்சு வாங்கியது.

வைஷாலி: “கடவுளே! நீ தான் என்ன காப்பாத்தனும்.”

பெருமூச்சுக்களோடு வேண்டிக் கொண்டவளுக்கு தொண்டைத் தண்ணீர் எல்லாம் எப்போதோ வற்றி விட்டது.

திரும்பி பார்க்க கூட பயமாக இருக்க மூலையில் ஒரு சிறிய கடையைக் கண்டாள். சட்டென அதன் ஓரத்தோடு மறைந்து கொண்டவள் மூச்சு வாங்க வந்த வழியை எட்டிப் பார்த்தாள்.

அவனை மட்டுமல்ல. அந்த வீதியில் அவளுக்கு பின்னால் யாரையும் காணவில்லை.

வைஷாலி: “அப்பாடா..”

நெஞ்சில் கை வைத்து இழுத்து மூச்சு விட அப்போது தான் தொண்டை காய்ந்து கிடப்பது தெரிந்தது. வெகுவாய் தண்ணீர் தாகம் எடுக்க அந்த கடைக்காரரிடம் பணத்தை நீட்டினாள்.

வைஷாலி: “வில் டேக் திஸ் பாட்டில்…!”

பலமாய் மூச்சு வாங்கியவளை கண்களை சுருக்கி பார்த்தார் அவர்.

கடைக்காரர்: “ஹியர் யூ கோ”

தண்ணீர் பாட்டிலைக் கொடுக்க வாங்கி மடக் மடக் என வாய்க்குள் ஊற்றினாள்.

தண்ணீர் இறங்க இறங்கத் தான் மனமும் ஆசுவாசமடைந்தது. அதுவரை பயத்தின் உச்சியில் தான் இருந்தாள் வைஷாலி.

கடைக்காரர்: “டியர், ஆர் யூ ஓகே? டூ யூ நீட் ஹெல்ப்?”

அக்கறையாய் அவளின் முகம் பார்த்து அவர் கேட்க அவளுக்கு கொஞ்சம் ஆறுதலாய் இருந்தது.

வைஷாலி: “நோ தேங்க்ஸ்… ஐ ஆம் ஓகே நவ்.”

எதையோ சொல்லி சமாளித்தவள் தன்னிச்சையாய் ஒரு பக்கம் திரும்ப, அங்கு அவளின் கண்களில் விழுந்த அதைக் காட்சியை கண்டு அதிர்ந்து போனாள் வைஷாலி.

❀ ❀ ❀

மதிய நேரம்…

கையில் காகிதத்தை வைத்துக் கொண்டு அந்த தெரு வழியே நடந்து வந்தாள்.

அவளின் கண்கள் கையில் வைத்திருந்த காகிதத்தையும், சுற்றுப் புறத்தையும் மாறி மாறி ஆராய்ந்து கொண்டு வந்தது.

வைஷாலி: “தனியா நா எங்கே போய் தேடுறது?”

தனக்கு தானே புலம்பிக் கொண்டவள் அந்த காகிதத்தில் எழுதியிருந்த வீதியின் பெயர்ப் பலகையைக் கண்டாள்.

வைஷாலி: “இது தான் போல இருக்கு.”

அந்த வீதி வழியே சென்றவளுக்கு கொஞ்சம் படபடக்கத் தொடங்கியது.

பெரிதாய் வீடுகளும், கட்டிடங்களும் இல்லாத தெரு. ஒற்றையடிப் பாதை வழியே ஆங்காங்கே ஒன்றிரண்டு வீடுகள் தான் இருந்தது.

வைஷாலி: “ஆள் நடமாட்டமே இல்லாத மாதிரி இருக்கு. இங்க நாம போறது Safe தானா?”

மூளை எச்சரிக்கை மணி அடிக்க அந்த இடத்திலேயே நின்று விட்டாள்.

வைஷாலி: “மேரி மிஸ் வேற சொல்லிட்டாங்க. செய்றேன்னு வாக்கு கொடுத்துட்டு செய்யாம இருக்கவும் முடியாது. இப்ப என்ன பண்றது?”

எதுவும் புரியாமல் விழித்து நிற்க அந்த பக்கமாய் ஒரு வயதான பெரியவர் ஒருவர் வந்தார். இவள் விழித்துக் கொண்டு நிற்பதைப் பார்த்து விட்டு என்ன நினைத்தாரோ அவளின் அருகில் வந்தார்.

பெரியவர்: "வை ஆர் யூ ஸ்டான்டிங் ஹியர்? டூ யூ வான்ட் எனி ஹெல்ஃப்?"

வைஷாலி: "`"

கொஞ்சமாய் பயந்திருந்தவள் அந்த காகிதத்தைக் காட்ட கண்களை சுருக்கி உற்றுப் பார்த்தார்.

பெரியவர்: "That's the exact house. You go and check dear."

ஒரு வீட்டைக் கை காட்டியவர் அவர் பாட்டிற்கு அங்கிருந்து சென்று விட்டார்.

அவளுக்கு ஏனோ அங்கு செல்ல தயக்கமாய் இருந்தது.

வைஷாலி: "எப்படியும் போய்த் தானே ஆகனும். எதுவும் நடக்காது. தைரியமா போவோம்."

ஒரு முடிவுக்கு வந்தவள் வீட்டை நோக்கி நடக்க ஆரம்பித்தாள்.

❀ ❀ ❀

"ட்ரிங்...ட்ரிங்..."

வீட்டிற்கு முன்னால் ஹாலிங் பெல்லை அழுத்தி நின்றவளுக்கு அலுத்து விட்டது.

இரண்டு மூன்று முறை அடித்து விட்டாள்.

அது திறப்பதாய் தெரிவதில்லை.

வைஷாலி: "யாரும் இல்லையோ? வெளில போயிருக்காங்களோ?"

பெருமூச்சு விட்டவள் இனி அங்கு நின்று வேலை இல்லை என திரும்ப போக கதவு திறந்து கொண்டது.

ஒரு இளைஞன் டி-ஷர்ட் அண்ட் ஷார்ட்ஸ் உடன் வந்து நின்றான்.

இளைஞன்: "ஹூ ஆர் யூ, வாட் டூ யூ வாண்ட்?"

அவனின் கண்கள் அவளை உச்சி முதல் பாதம் வரை அளந்தது.

வைஷாலி: "இது இந்த அட்ரெஸ் தானே?"

தன் கையில் இருந்த காகிதத்தைக் காட்ட,

இளைஞன்: "ஓ… தமிழா? ஆமா."

அவளை ஆராய்ந்த வண்ணமே சொன்னான்.

வைஷாலி: "மேரி மிஸ் அனுப்புனாங்க. உங்க கிட்ட பேசனும்."

அவள் சொல்ல அவனின் இதழ்கள் சிறு புன்னகை சிந்தியது.

இளைஞன்: "உள்ள வாங்க."

அவளுக்கு வழி விட்டவன் உள்ளே செல்ல இவளும் உள்ளே நுழைந்தாள்.

இளைஞன்: "இங்க உக்காருங்க."

சோஃபா வைக் காட்ட அவளும் அமர்ந்து கொண்டாள்.

இளைஞன்: "டேய். ஒரு பொண்ணு நம்ம வீட்டுக்கு பேசனும்னு வந்திருக்கா. வந்து பாருங்க."

அவன் குரல் கொடுத்து விட்டு ப்ரிஜ்ஜை திறக்க அப்போது தான் அவளின் கண்கள் அந்த இடத்தை ஆராய்ந்தது.

போட்டது போட்டபடி கிடக்க காலியான மது பாட்டில்கள் ஆங்காங்கே கிடந்தது.

வீடு முழுதும் குப்பை.

வைஷாலி மைன்ட் வாய்ஸ்: "இது ஃபாமிலி இருக்குற இடம் மாதிரி தெரியலயே. ஏதோ சரியில்ல."

அங்கிருந்து சென்று விடு என மூளை உத்தரவிட சட்டென எழுந்து கொள்ள அங்கே வந்து நின்றான் ஒருவன்.

கையில் சிகரெட்டுடன்.

இளைஞன்: "எங்க மேடம் போறீங்க? பேசனும்னு சொல்லிட்டு?"

கேலியாய் அவன் கேட்க எதற்கும் ஒரு முறை கேட்டுப் பார்ப்போம் என்று தோன்றியது அவளுக்கு.

வைஷாலி: "இல்ல. குழந்த தத்தெடுக்குறதா சொல்லி இருந்தீங்களா?"

கைகளைப் பிசைந்து கொண்டு அவள் கேட்க அங்கு நின்றிருந்தவனோ உரக்க சிரிக்க ஆரம்பித்து விட்டான். அதில் அவளுக்கு மொத்தமாய் பயம் தொற்றிக் கொண்டது.

இளைஞன் 3: “தத்தெடுக்க எல்லாம் முடியாது. வேணும்னா உனக்கு குழந்த கொடுக்கலாம்.”

இன்னும் இரண்டு பேர் வந்து நிற்க அவ்வளவு தான். தான் நன்றாய் மாட்டிக் கொண்டு விட்டோம் என அப்பட்டமாய் புரிந்தது அவளுக்கு.

வைஷாலி: “சாரி. நான் ஏதோ தப்பான இடத்துக்கு வந்துட்டேன்.”

அவசரமாய் அங்கிருந்து நகரப் போக அதற்கு முன் அவளை வழி மறைத்து நின்றான் ஒருவன்.

இளைஞன் 4: “இல்லம்மா சரியான இடம் தான். எங்க ஓட பாக்குற? நீயா வந்த. நீயா போற. இது நியாயமா?”

ஒரு மாதிரி சிரித்தவன் அவளை நெருங்க பயந்து மிரண்டவள் பின்னால் தள்ளிப் போனாள்.

வைஷாலி: “ப்ளீஸ். என்ன விடுங்க. நான் போகனும்.”

நடுங்கியவள் பாவம் பின்னால் ஒருவனின் மேல் மோதி நின்றாள்.

இளைஞன் 2: “என்ன அவசரம்? போலாம். எங்களுக்கு கம்பனிய கொடுத்துட்டு போலாம்.”

அவளின் தோளைப் பற்றினான்.

வைஷாலி: "அம்மாஆஆஆ!"

பயந்து அலறியவளுக்கு மூளை செயல் நிறுத்தம் கொண்டது. ஏற்கனவே ஆதித்யாவின் பயத்தில் இருந்தவளுக்கு இந்த பதறலும் சேர்ந்து கொள்ள தலை சுற்றி விட்டது. சுற்றி என்ன நடக்கிறது என புரியாமல் போக அப்படியே அவனின் கையில் மயங்கி சரிந்தாள்.

இளைஞன் 2: "டேய் மயங்கிட்டா டா."

அவனும் பதறிப் போனான்.

இளைஞன் 4: "அப்ப நமக்கு ஈஸியா போச்சு."

ஏளனமாய் சொன்னவன் அவளைத் தூக்க வர மற்றவனோ அவனைத் தள்ளி விட்டான்.

இளைஞன் 2: "பைத்தியமா டா உனக்கு? செத்துட்டா என்னடா பண்றது? நாலு பேரும் கம்பி எண்ண வேண்டியது தான். இது இந்தியா இல்ல துபாய்"

கோபமாய் கத்த மற்றவனோ இதழை சுழித்தான்.

இளைஞன் 4: "ஏன்டா பயந்து சாகுற? ஜெயிலுக்கு போனாலும் அனுபவிச்சுட்டு போவோம் டா."

அவளை நெருங்கி தொடப் போக மற்றவர்கள் விடவில்லை.

அவனைத் தடுத்து விட்டார்கள்.

இளைஞன் 1: "இவன் இப்டித்தான் பேசிட்டு இருப்பான். இவன் பேச்ச விட்டுட்டு தூக்குடா இவள. வெளிய கொண்டு போய் போட்டுடலாம்."

அவளை மூன்று பேரும் சேர்ந்து தூக்கிக் கொண்டு வெளியே போனார்கள்.

கதவைத் நிறந்து சுற்றி முற்றும் பார்த்தவர்கள் யாரும் இல்லை என்பதை உறுதி செய்து விட்டு அவளை வீதியின் ஓரமாய் போட்டு விட்டு உள்ளே சென்றார்கள். யாருமற்ற வீதியில் மயங்கி போய் தனியே கிடந்தாள் வைஷாலி.

தொடரும்...

❀ ❀ ❀

04

தி ஃபால்அவுட்

லொகேஷன் – அ பஸ்லிங் ஹாஸ்பிட்டல் காரிடார் – நைட்

நிலாவின் இதயம் வேகமாக துடிக்க, அதீத பதற்றத்தில் அந்த வைத்தியசாலைக்குள் தன் வேகம் கூட்டி நடந்து கொண்டிருந்தாள்.

நிலா: “எக்ஸ்கியூஸ் மீ, வேர் இஸ் த பேஷண்ட்? வைஷாலி, ஹூ வாஸ் ஜஸ்ட் அட்மிட்டெட்? I got a call..”

ஒரு தாதியை நிறுத்தி கேட்டவளுக்கு வெகுவாய் மூச்சு வாங்கியது.

தாதி: “ரூம் நம்பர் 203. ஷீஸ் ஸ்டேபிள் நவ், பட் ஷீஸ் அன்கான்ஷியஸ். ஆர் யூ ஹர் ரிலேட்டிவ்?”

தாதியின் குரலில் பதற்றம் இருக்கவில்லை. நிதானமாய் பேசினார்.

நிலா: “ஐம் ஹர் சிஸ்டர். கேன் ஐ சீ ஹர்?”

தாதி: “ஆஃப் கோர்ஸ், பட் ப்ளீஸ் டோன்ட் டிஸ்டர்ப் ஹர். ஷீ நீட்ஸ் ரெஸ்ட்!”

அவர் சொன்னது தான் தாமதம். உடனே வைஷாலி அனுமதிக்க பட்டிருந்த அறைக்கு சென்று பார்த்த நிலாவின் இதயம் பெரிதாக கனத்துப் போனது.

நிலா (மைண்ட் வாய்ஸ்): “அக்கா... என்னால தானே இது எல்லாமே!”

தனக்குள் புலுங்கியவளை வெகுவாக குற்ற உணர்ச்சி பிடித்து ஆட்ட, கலங்கிய கண்களுடன் வைஷாலியின் அருகே சென்று அமர்ந்து கொண்டாள்.

❀ ❀ ❀

லொகேஷன்: மேரி மேடம் ஆபீஸ்...

மேரியின் பதற்றம் கூடிக் கொண்டே போனது.

மேரி: “ஏன் அவ call answer பண்ண மாட்டேங்குறா! இப்டி எல்லாம் நடக்கக் கூடாது. தேவையில்லாம நான் தான் அவள அங்க மாட்டி விட்டேன்!”

தன் அறையில் தனக்குள் முணுமுணுத்தபடி குறுக்கும் நெடுக்கும் நடந்து கொண்டிருந்தவரின் சிந்தனையை கலைத்தது அங்கு திடீரென்று உள்ளே நுழைந்த மேரியின் அசிஸ்டன்ட் லூசியின் குரல்.

லூசி: “மேடம், இஸ் எவ்ரிதிங் ஆல்ரைட்?”

மேரியின் முகமே காட்டிக் கொடுத்தது. ஏதோ தவறு நடந்திருக்கிறது என்று.

மேரி: “இல்ல… பயமா இருக்கு. இந்நேரம் வைஷாலி அங்க போயி எனக்கு கால் பண்ணி இருக்கணும். ஆனா ஸ்டில் பண்ணல. நடுவுல ஏதோ நடந்திருக்கு…!”

லூசி: “மேபி அவங்க இன்னைக்கு அங்க போகலையோ என்னவோ!”

அவள் சொல்ல, வேகமாக மறுத்தார் மேரி.

மேரி: “நோ… நா சொன்னா அவ கண்டிப்பா செய்வா. அப்பறம் பாத்துக்கலாம் ன்னு தூக்கி போட்ற பழக்கம் அவளுக்கு இல்ல…!”

வைஷாலியை பற்றி அவருக்கு தெரியாததா!

லூசி: “சரி… நீங்க இதுக்காக கில்டி யா ஃபீல் பண்ண வேணாம். ஃபாதர் பெர்னாண்டோ கொஞ்ச நேரத்துல வருவாரு. உங்க face அ பாத்த ஒடனே விஷயத்த கண்டு புடிச்சிருவாரு மேடம்… நா என்ன சொல்ல வர்றேன்னா…!”

மேரி: “எனக்கு புரியுது. ஆனா, சும்மா தங்கச்சிய பாக்க போனவள நான் தான் இதுல மாட்டி விட்டுட்டேன். அதான் guilty யா இருக்கு. இட்ஸ் ஓகே, ஐல் ஹாண்டில் இட்…! லெட் மீ ட்ரை அ ஃப்யூ மோர் டைம்ஸ். இஃப் ஐ டோன்ட் ஹியர் பாக் இன் அன் ஆவர், ஆத்தாரிட்டீஸ் க்கு இன்ஃபார்ம் பண்ணிடலாம்.”

சோகமாக சொன்னவர் மறு நொடியே தன்னை சமன் செய்து கொண்டார்.

❀ ❀ ❀

அதே நேரம் இங்கு தன்னுடைய அறையில் அமர்ந்திருந்த ஆதித்யா எது குறித்தோ தீவிரமாக சிந்தித்துக் கொண்டிருந்தான்.

பிரபு: "என்னடா இன்னும் அந்த தேவ கன்னிகை நினைவு தானா?"

கிண்டல் செய்து கொண்டே உள்ளே வந்தவனை ஓரக்கண்ணால் பார்த்த ஆதித்யா தன் முகத்தை மறுபுறம் திருப்பிக் கொண்டான்.

பிரபு: "என்ன எழவு டா அது? நீ வெக்கப்படுறியா?"

கேட்டுக்கொண்டே ஆதித்யாவுக்கு அருகில் இருந்த ஆசனத்தை இழுத்து போட்டு அமர்ந்து கொண்டான்.

ஆதித்யா: "நானும் மனுஷன் தானே டா!"

கேள்வி எல்லாம் நன்றாகத் தான் இருந்தது. ஆனால் பிரபுவால் தான் அதை ஏற்றுக்கொள்ள முடியவில்லை.

பிரபு: "நீ மனுஷன் தான். ஆனா பொண்ணுங்க விஷயத்துல அரக்கன் ஆச்சே! எந்த பொண்ணையும் விட மாட்ட! தென் இந்த பொண்ணும் அதே மாதிரி தானே?"

வழமையாக நடப்பது தானே எனும் தோரணையில் அவன் கேட்க,

ஆதித்யா: "நோ டா... ஷீ இஸ் சம்திங் ஸ்பெஷல்...!"

தன் தாடையை நீவி விட்டுக் கொண்டே பேசினான்..

பிரபு: "எத வச்சு அப்டி சொல்ற?"

ஆதித்யா: "சிம்பிள் டா... நா பாக்க பக்கா பணக்காரன் ன்னு பாத்ததும் கண்டு பிடிச்சிடலாம். ஆனா, அவ என்ன பாத்ததுக்கு அப்பறம் கூட என்னை கண்டுக்கல. தென், கொஞ்சம் things offer பண்ணேன். அவ Pay பண்ண தேவையில்ல ன்னு கூட சொன்னேன். அதையும் வேணாம்னு சொல்லிட்டா. என் டச் ஐயும் ignore பண்ணிட்டா! அத வச்சு தான் சொல்றேன். & அவளோட அந்த பயந்த சுபாவம், அப்பறம் அந்த நேச்சுரல் ஸ்மெல் எல்லாம் என்னை பைத்தியமாக்குது டா! தாட்ஸ் வை ஐ நீட் ஹர்"

வைஷாலியின் உருவத்தை தன் மனக்கண்ணில் நிலை நிறுத்தி வர்ணித்து வர்ணித்து அவன் கூற, அவனை வாய் பிளந்து பார்த்துக் கொண்டிருந்தான் பிரபு.

பிரபு: "கல்யாணம் பண்ணிக்க போறியா என்ன?"

சட்டென்று அவன் கேட்டுவிட, ஆதித்யாவின் பக்கம் இருந்து ஒரு பயங்கரமான சிரிப்பு சத்தம் மட்டுமே அந்த அறையை அலங்கரித்தது.

❀ ❀ ❀

இரவு...

வைத்தியசாலையில் வெளியே அங்கும் இங்கும் நடந்து கொண்டிருந்தாள் நிலா.

அவளுக்கு வைஷாலியை நினைக்க கொஞ்சம் கவலையாக இருந்தது.

ஏதோ நினைவில் இருந்தவள் அலைபேசி அழைக்க அதை எடுத்து திரையைப் பார்த்தாள்.

அதிலிருந்த எண்ணைக் கண்டதும் ஒரு பெருமூச்சு வெளியாகியது.

அழைப்பை உயிர்ப்பித்து காதில் வைக்க மறுமுனையே கேள்வி கேட்டது.

குரல்: “எப்டி இருக்கா? உயிருக்கு எந்தவித ஆபத்தும் இல்லையே?”

அந்த குரலில் இருந்தது அக்கறையா.. கேலியா எதுவும் புரியவில்லை.

நிலா: “ம்ஹூம். ஷீ இஸ் ஆல்ரைட். அதிர்ச்சில மயங்கி இருக்கா. இன்னும் முழிக்கல.”

குரல்: “அவ எதுக்கு அங்க போனா? உங்க இடத்துல இருந்து ரொம்ப தூரமாச்சே. உனக்கு ஏதும் தெரியுமா?”

தீவிரமாக விசாரித்தது அந்த குரல்.

நிலா: “எனக்கும் தெரியல. அவ கைல காசு கூட இல்ல. அவ்வளவு தூரம் நடந்து தான் போயிருக்கனும். ஆனா அப்டி என்ன தேவைக்காக அவ்வளவு தூரம் போனா ன்னு தெரியல.”

அவள் சொல்ல அடுத்த முனைக் குரல் கோபமாய் பேச தொடங்கியது.

குரல்: “இது தான் நீ கண்காணிக்குற லட்சணம். ஒரு வேல உருப்படியா பாக்க தெரியுதா? எல்லாத்தையும்

கோட்ட விட்டுர்ர. உன்ன நம்பி ஒரு பொறுப்ப ஒப்படைக்குறது சுத்த வேஸ்ட்."

திட்டிக் கொண்டே சென்றது அந்த மர்மக் குரல்.

நிலா: "கொஞ்சம் போதும் நிறுத்துறியா? நான் என்ன பண்ணட்டும்? என் கிட்ட எதுவுமே சொல்லல. ரோட்ல மயங்கி கிடந்திருக்கா. யாரோ பாவப்பட்டு ஹாஸ்பிட்டல சேத்திருக்காங்க. போன் ல என் number இருக்கவும் கால் பண்ணி சொன்னாங்க. இப்டியெல்லாம் நடக்கும்னு நான் என்ன மந்திரமா போட்டு பாக்குறது?"

அவளும் கடுப்பாகி கத்தினாள்.

குரல்: "சரி சரி. நடந்தது நடந்து போச்சு. இனிமே கொஞ்சம் கவனமா இருந்துக்கோ."

அந்த குரல் எச்சரிக்க,

நிலா: "ம்ம் ஓகே. போன் அ வைக்குறேன்."

கடுப்போடு அழைப்பைத் துண்டித்தவள் வைத்திய சாலைக்குள் நுழைந்தாள்.

❀ ❀ ❀

அந்த அப்பார்ட்மெண்டில் இருந்த அழகான ஒரு வீடு.

பார்ப்பவர்களுக்கே தெரியும் பார்த்து பார்த்து ரசனையாய் உள்ளே வடிவமைத்து இருக்கிறார்கள் என்று. இடம் ஒரே அமைதி… அந்த அமைதிக்கு

சம்பந்தமே இல்லாத நிலையில் வீட்டின் உள்ளே பயங்கர சத்தமாய் இருந்தது. ஒரு ஆண் குரலும் பெண் குரலும் மாறி மாறி கத்திக் கொண்டிருந்தன.

திவ்யா: "உன்கிட்ட எத்தனவாட்டி சொல்றது கண்ட பொண்ணுங்க கூட சுத்தாதேன்னு? வெளில தல காட்ட முடியல. உன் புருஷன அவ கூட பாத்தேன் இவ கூட பாத்தேன்னு...ஷப்பா..."

இரு காதுகளை இறுக மூடிக் கொண்டு கத்தினாள்.

அருண்: "நீ கொடுக்க வேண்டியத சரியா கொடுத்தா நான் ஏன் வேற ஒருத்திக்கிட்ட போறேன்?"

திமிராய் கேட்டவனைப் பார்க்க பார்க்க கோபம் பற்றிக் கொண்டு வந்தது திவ்யாவிற்கு.

திவ்யா: "ஏன் பொண்ணுங்க சுகம் இல்லாம உனக்கு இருக்க முடியாதா?"

பல்லைக் கடித்துக் கேட்டாள்.

அருண்: "என்னால முடியாதுன்னு உனக்கே தெரியும். யூ நோ மீ வெல்."

தோளைக் குலுக்க அவனை எதைக் கொண்டு அடிக்கலாம் என்று தான் இருந்தது.

திவ்யா: "இப்டி சொல்ல உனக்கு வெக்கமா இல்லையா அருண்?"

கொஞ்சமாய் கவலை எட்டிப் பார்த்தது அவளின் குரலில்.

அருண்: “நோ.”

அலட்சியமாய் சொன்னான்.

திவ்யா: “கல்யாணம் ஆன நாளுல இருந்து உனக்கு என்ன குறை வெச்சேன் நான். உன்ன அப்டி பாத்துக்கிட்டேன். அதுக்கு நீ திரும்ப செய்றது இதுதானா டா?”

மனம் நொந்து கேட்டவளைப் பார்க்க அவனுக்கு பாவமாகவே இல்லை போலும்.

அருண்: “எனக்கு தேவையானத உன்னால கொடுக்க முடியல. நான் வேற என்ன தான் பண்ணட்டும்? சொல்லு. நான் கேட்ட மாதிரி குழந்தைய பெத்துக் கொடுக்க உன்னால முடிஞ்சதா? இல்ல தானே?.. சும்மா பேச மட்டும் வந்துட்டா.”

நக்கலாய் சொல்ல அவளுக்கு பிபி உச்சத்துக்கு எகிறியது.

திவ்யா: “யூ.. இடியட்... எனக்கு வார்ற கோபத்துக்கு.. ஆஆஆஆ...”

தலை முடியைப் பிடித்து கத்தியவள் கோபம் தாங்க மாட்டாமல் அருகில் டைனிங் டேபிளில் இருந்த பாத்திரங்கள் எல்லாவற்றையும் கீழே போட்டு உடைத்தாள்.

அருண்: “ஸ்டாப் திஸ் நான்சென்ஸ், திவ்யா. டோன்ட் பிஹேவ் லைக் அ ஸ்பாயில்ட் சைல்ட்.”

காதுகளைப் பொத்தி அவன் கத்த,

திவ்யா: “ஐ கான்ட் டாலரேட் திஸ் எனிமோர்.”

மீண்டும் அதையே செய்ய அவனுக்கும் கோபம் வந்தது.

அருண்: “உனக்கு மட்டும் தான் உடைக்க தெரியுமா?”

அவனும் கோபத்தில் கைக்கு கிடைத்ததை எல்லாம் எடுத்து உடைத்தான்.

அருண்: “இதுக்குத் தான் வீட்டுக்கே வர்றது இல்ல.”

சத்தமாய் கத்திவிட்டு வீட்டை விட்டு வெளியேறினான். போகும் போது கதவை டமாரென்று சாத்தி செல்ல,

திவ்யா: “கோ டு ஹெல்.”

சத்தமாய் கத்தினாள்.

அதே நேரம் அந்த ஹாலுக்கு அருகில் இருந்த அறையின் கட்டிலுக்கு அடியில் ஒடுங்கி போய் இருந்தது ஒரு பெண் குழந்தை.

பத்து வயதான அந்த குழந்தை இரு காதுகளையும் பொத்திக் கொண்டு சத்தமில்லாமல் விம்மி விம்மி அழுது கொண்டிருந்தது.

தொடரும்...

❀ ❀ ❀

05

ஃப்ரெண்ட்ஸ் காங்க்

லொகேஷன்: த ஹாஸ்பிட்டல் - இரவு நேரம்

தாதி: எக்ஸ்கியூஸ் மீ, ஹர் போன் அண்ட் ஹர் திங்ஸ் மேம்...!"

வைஷாலியிடம் இருந்த பொருட்களை நிலாவிடம் ஒப்படைத்த தாதி அங்கிருந்து நகர, வைஷாலியின் அலைபேசி மட்டும் விடாமல் அதிர்ந்து கொண்டே இருந்தது.

நிலா: "எதுக்கு வைப்ரேஷன் ல போட்டு வச்சிருக்காங்க! யாரு Call பண்றது?"

நெற்றியை நீவி விட்டுக் கொண்டவள், தன் கையில் இருந்த பையை திறந்து பார்த்தாள். வைஷாலியின் அலைபேசி ஒரு பக்கம் ஒளிர்ந்து கொண்டிருக்க, இன்னொரு காகிதமும் நிலாவின் கண்களில் இருந்து தப்பவில்லை.

நிலா: "இது என்ன பேப்பர்?"

முணுமுணுத்துக் கொண்டே அதை வெளியே எடுத்து திறந்து பார்த்தவளின் புருவ முடிச்சுக்கள் ஒன்றுபட,

சத்தியமாக அது யாரின் முகவரி என்று அவளுக்குப் புலப்படவில்லை.

நிலா; "இந்த அட்ரஸ் க்கு தான் அப்போ வைஷாலி அக்கா போயிருக்கா. அங்க தான் ஏதோ நடந்திருக்கு. பட், வை??"

அவளுக்குள் ஆயிரம் கேள்விகள். பதில் தான் தெரியவில்லை. இதற்கு இடையில் பல தடவை அந்த அலைபேசி அதிர்ந்து நின்றது. ஏற்கனவே இருந்த எரிச்சலோடு இதுவும் சேர்ந்து கொள்ள, வைஷாலியின் அலைபேசியை பையில் இருந்து வெளியே எடுத்து தொடு திறையைப் பார்க்க, அதில் 'மேடம் மேரி' என்று ஒளிர்ந்து கொண்டிருந்தது.

நிலா: "மேரி மேடம் எதுக்காக இத்தன Call பண்ணி இருக்காங்க? ஒருவேளை, ஏதாச்சும் அவங்க கிட்ட இவ சொல்லிட்டாளா?"

என்ன நடக்கிறது என்றே புரியவில்லை அவளுக்கு. உடனே அழைப்பை ஏற்று காதில் வைத்தாள்.

மேரி: "ஓ! தாங்க் காட்... ஒரு வழியா நீ கால் ஆன்சர் பண்ணிட்ட. என்ன தான் ஆச்சு வைஷாலி ஒனக்கு? ஆர் யூ ஆல்ரைட்? இவ்ளோ நேரம் எங்க போயிருந்த?"

நிலாவை பேசக்கூட அவர் விடவில்லை. அவசர அவசரமாக கேள்வி கண்களை தொடுத்தார்.

நிலா: "ஓ... மேடம்... நா வைஷாலி இல்ல. வைஷாலியோட சிஸ்டர் நிலா!"

அவள் பதில் சொல்ல, மேரியின் பதற்றம் இன்னும் ஒரு படி மேலே கூடியது.

❀ ❀ ❀

Arjun gang - in phone call

சம்பத்: "டேய்.... அடம் பிடிக்காத டா! எதுவா இருந்தாலும் School ல பாத்துக்கலாம்!"

நண்பன் செய்யப்போவதாய் சொன்ன செயலை எண்ணி வெகுவாய் பயந்து போனான் அவன்.

அர்ஜுன்: "No... நா பண்ண தான் போறேன்"

உறுதியாய் நின்றான் அவன்.

ஆத்விக்: "சரியான சேட்டை புடிச்சவன் டா நீ...! ஏதாச்சும் தப்பாகிட்டா அவ்ளோ தான். அவளே உன்ன அவுங்க அம்மா அப்பா கிட்ட போட்டு குடுத்து அடி வாங்க வச்சிருவா!"

இரவு நேரத்தில் அர்ஜுனை வெளியே அனுப்புவதில் அவர்களுக்கு நிச்சயம் உடன்பாடு இல்லை.

அர்ஜுன்: "எதுவும் ஆகாது டா. நா பாத்துக்குறேன். ஏதாவது தப்பாகிட்டா I'll call you straight away! Ok வா"

ஒரு துளி பயம் இல்லாமல் பேசும் நண்பனைப் பார்க்க இன்னும் பயம் பிடித்துக் கொண்டது அர்ஜுனனின் தோழர்களுக்கு.

கங்கா: "ஆமா டா... நீ என்ன பெரிய ஆம்பள ன்னு நினைப்பா உனக்கு? Heroism எல்லாம் காட்ட இன்னும்

time இருக்கு தம்பி...! We are just 14 now. நம்மளால என்ன டா பண்ணிட முடியும்?"

அவள் பேசியதை மற்ற அனைவரும் ஆமோதித்தனர்; அந்த ஒருவனைத் தவிர.

அர்ஜுன்: "Just think about Harry Potter. அவன் Hogwarts ல சாதிக்கும் போது என்ன age? நம்ம age தான். The great Lord Voldemort அ Harry Potter ஜெய்ச்ச மாதிரி இது ஒன்னும் பெரிய task இல்லையே! Just a simple one..!"

அசால்டாக சொல்லி அவன் தோளை குலுக்க, வெளிப்படையாகவே தலையில் அடித்துக் கொண்டனர் அவனது நண்பர்கள்.

சம்பத்: "டேய் பைத்தியமா டா இவன். Real life ல இருந்துகிட்டு fictional character பத்தி பேசிட்டு இருக்கான் முண்டம்...!"

ஆத்விக்: "Yeah... கண்டிப்பா இவன் மண்டை ல நட்டு கழண்டு பேச்சு...!"

இவனை என்ன செய்தால் தகும் என்று தான் இருந்தது அவர்களுக்கு.

அர்ஜுன்: "க்ரிஷிகா எனக்கு எந்த அளவுக்கு முக்கியம்னு உங்க எல்லாருக்கும் நல்லா தெரியும் ல! again யேன் டா என்ன புரிஞ்சுக்காம பேசுறீங்க. முடிஞ்சா எனக்கு help பண்ணுங்க. இல்ல ன்னா விட்டுடுங்க. நானே பாத்துக்குறேன்...!"

அலுத்துக்கொண்டு சொன்னவன் மட்டும் அவர்கள் அருகில் இந்நேரம் இருந்திருந்தால், அடித்தே சாகடித்து இருப்பார்கள். அந்த அளவுக்கு அவன் மீது அனைவரும் கொலை வெறியில் இருந்தனர்.

அருந்ததி: "ஆமா... நீ School ல அந்த பொண்ணு பின்னாடி போயி பண்ணி வச்ச சேட்டை எல்லாம் போதாது ன்னு இப்ப அந்த பொண்ணோட வீட்டுக்குள்ளயே போகப் போற! அத பண்ணாத ன்னு நாங்க இப்போ உனக்கு தர்ற advice தான் டா ரொம்ப பெரிய help. கேக்க மாட்டேன்னு அடம் புடிக்கிற. போயி அவ அப்பா கிட்ட அடி வாங்கி சாவு"

கூட்டத்தில் மிகவும் கோபக்காரியாய் இருப்பாள் போலும்; கத்திவிட்டு உடனே அழைப்பை துண்டிக்க, மற்ற மூவரும் கிடந்து கெஞ்ச ஆரம்பித்தனர்.

❁ ❁ ❁

மேரியின் குரலில் இருந்த பதற்றம் நிலாவுக்கு சந்தேகத்தை விதைத்தது.

மேரி அவசரமாய் தன்னை சமன்படுத்திக் கொண்டு பேசத் தொடங்கினார்.

மேரி: "ஓ வைஷாலியோட சிஸ்டரா? வைஷாலி எங்க? அவக்கிட்ட பேச முடியுமா?"

அவர் பதற்றத்தை சமாளிப்பது தெட்டத் தெளிவாய் புரிந்தது நிலாவிற்கு.

நிலா: “இப்ப பேச முடியாது. She is in an unconscious state.”

மேரி: “what? Unconscious? What happened to her?”

மொத்தமாய் பதறிப் போனார்.

நிலா: “ரோட்ல மயங்கி விழுந்து கிடந்திருக்கா. கைல ஒரு அட்ரெஸூம் இருந்தது. எனக்கு கால் பண்ண முதல் உங்க கூட தான் பேசி இருக்கா. என்ட் நீங்களும் திரும்ப திரும்ப அவ ஃபோனுக்கு ட்ரை பண்ணிட்டே இருத்திருக்கீங்க? சோ அவ எங்க போனான்னு உங்களுக்கு ஏதும் தெரியுமா?”

நிலா தெளிவாய் கேட்க கொஞ்சமாய் அதிர்ந்து போனார் மேரி.

மேரி மைன்ட் வாய்ஸ்: “அப்ப அந்த அட்ரெஸ தேடி போகும் போது தான் வைஷாலிக்கு ஏதோ ஆகி இருக்கா? பட் இந்த பொண்ணுக்கிட்ட எப்டி சொல்றது?”

அவர் யோசிக்க,

நிலா: “உண்மைய சொல்லுங்க.”

மீண்டும் அழுத்தி கேட்டாள்.

மேரி: “இல்லம்மா எனக்கு எதுவும் தெரியாது. எப்டி இருக்கான்னு நலம் விசாரிக்கத் தான் காலைல phone பண்ணேன். அவ குரல் அப்பவே ஒரு மாதிரி இருந்தது. திரும்ப கூப்டுறேன் சிஸ்டர்னு phone அ Cut பண்ணவ எடுக்கவே இல்ல. எனக்கும் மனசுக்கு ஒரு மாதிரி

படபடப்பா இருந்தது. அது தான் கால் பண்ணிட்டே இருந்தேன். பட் இப்டி ஆகியிருக்கும்னு நினைக்கல. Is she ok now?"

எதையோ சொல்லி சமாளித்தாலும் நிலாவுக்கு சந்தேகம் தீரவில்லை.

நிலா: "yeah she is fine now."

மேரி: "ஓகேம்மா கண் முழிச்சா எனக்கு call பண்ண சொல்லு கண்டிப்பா. நான் வெச்சிடுறேன்."

அழைப்பைத் துண்டிக்க நிலாவின் எண்ணத்தில் தோன்றியது ஒன்றே ஒன்று தான்.

நிலா: "she is definitely hiding something."

❀ ❀ ❀

ஆதித்யா உரக்க சிரிக்க பிரபுவிற்கோ அவனின் எண்ணம் நன்றாக புரிந்தது.

பிரபு: "இங்கப் பாரு மச்சான். உன் விளையாட்டுக்கு வேற பொண்ணுங்கள பாரு. எனக்கென்னவோ நீ சொல்றத பாத்தா அந்த பொண்ணு ரொம்ப அப்பாவி மாதிரி தான் தோணுது. சோ விட்டுடு."

ஒரு நல்ல நண்பனாய் அறிவுரை சொல்ல அவனைக் கேலியாய்ப் பார்த்தான் ஆதித்யா.

ஆதித்யா: "Do you think I will give up on her? No never. அவ எனக்கு வேணும். அதுல நான் உறுதியா இருக்கேன்."

ஆணித்தனமாய் அவன் சொல்ல ஆதித்யாவைப் பற்றி தெரிந்த பிரவு பெருமூச்சு விட்டான்.

பிரபு: "அப்டின்னா அந்த பொண்ணையே கல்யாணம் பண்ணிக்குற வழியப் பாரு. அப்பாவி பொண்ணு வாழ்க்கைல விளையாடத."

பிரபுவும் உறுதியாகவே இருந்தான்.

ஆதித்யா: "கல்யாணமோ என்னவோ. அதெல்லாம் பத்தி எனக்கு தெரியாது. எனக்கு அவள அடஞ்சாகனும். இனிமே என் task அது மட்டும் தான். எனக்கு தெரியும் இது ரொம்ப கஷ்டம் தான். பட் ஆதித்யா நெனச்சா நடத்தியே தீருவான். என் game Start ஆயிடிச்சு."

வில்லன் போல் அவன் சொல்ல இந்த பேச்செல்லாம் எரிச்சலாக இருந்தது பிரபுவிற்கு.

பிரபு: "life ஒன்னும் game இல்ல ஆதித்யா."

கண்டிப்பாய் சொன்னான்.

ஆதித்யா: "whatever..."

அலட்சிசயமாய் தோளைக் குலுக்கியவனின் பாவனை பயங்கரமான கடுப்பாக இருந்தது.

பிரபு: "சரி விடு. அந்த பொண்ண தேடி கண்டுபிடிக்குறது ஒன்னும் அவ்வளவு easy இல்ல. தமிழ் பொண்ணு. Middle class girl போல. So, உன்னால முடியாது. leave it"

ஏதாவது சொல்லி அவன் எண்ணத்தை மாற்றலாம் என நினைத்தவனைப் பார்த்து பெரிதாய் சிரித்தான்.

ஆதித்யா: "நீ என்னப் பத்தி தெரிஞ்சுக்கிட்டது அவ்வளவுதான் மச்சான்."

கையில் வைத்திருந்த file ஒன்றை மேசையில் தூக்கிப் போட அதைப் பார்த்த பிரபுவின் இரு கண்களும் அதிர்ச்சியில் விரிந்தது.

உடல் சிறிதாய் நடுக்கமும் கொண்டது.

❁ ❁ ❁

நிலா தன் கைப்பேசியிலிருந்த மர்ம எண்ணிற்கு அழைத்தாள்.

அவளின் கண்கள் ஒரு முறை சுற்றி முற்றும் ஆராய்ந்து கொண்டது.

குரல்: "சொல்லு. எனி இம்பார்டன்ட் நியூஸ்?"

உடனே அழைப்பை எடுத்ததும் அவசரமாய் ஒரு குரல் கேட்டது.

நிலா: "மேரி மிஸ்ன்னு ஒருத்தங்க வைஷாலி அக்கா நம்பருக்கு கன்டினியுவஸ்ஸா கால் பண்ணிட்டே இருந்தாங்க. எடுத்து பேசுனேன். அவங்க பேசுனத வெச்சு பாக்கும் போது அவங்களுக்கு ஏதோ தெரிஞ்சிருக்கும்னு தோணுது. மே பி வைஷாலி அக்கா எங்கே போனா ன்னு தெரிஞ்சிருக்கலாம்."

அவசரமாய் அவள் சொல்ல மறுமுனையில் சில நொடிகள் அமைதி நீடித்தது.

நிலா: "ஹலோ..ஹலோ.. இருக்கியா?"

சத்தத்தை காணாமல் இருக்கவும் மீண்டும் அழைத்தாள்.

குரல்: "ம்ம். இருக்கேன்."

நிலா: "நீ என்ன நினைக்குற?"

மெதுவாய் கேட்டாள்.

குரல்: "இது நல்ல க்ளூ தான். நீ நெனச்சது சரியா இருந்தா நமக்கு நல்லது தான். நான் அவங்கள கொஞ்சம் கண்காணிக்க சொல்றேன். மறுபடியும் phone வந்தா நீயே பேசு."

அறிவுறுத்த நிலாவும் சரியென்றாள்.

அதே நேரம்...

படுக்கையிலிருந்து அடித்து பிடித்து எழுந்து கொண்டு அலறத் தொடங்கினாள் வைஷாலி.

வைஷாலி: "அம்மாஆஆஆ..."

அவள் அலறிக் கத்தியது வெளியே இருந்த நிலாவிற்கு தெளிவாக கேட்க,

நிலா: "Phone அ வை. அப்றம் Call பண்றேன்"

அழைப்பைத் துண்டித்து விட்டு அவசரமாய் வைஷாலி இருந்த அறைக்குள் ஓடினாள்.

தொடரும்...

06

கண்ணீர் கோடுகள்

Midnight - At Arun & Divya's house

"ஸ்... ஸ்ஸ்... ஸ்ஸ்..."

ஒரு சத்தம் தொடர்ந்து கேட்டுக் கொண்டிருக்க, உறக்கத்திலிருந்து அடித்து பிடித்துக் கொண்டு எழுந்து அமர்ந்தாள் க்ரிஷிகா.

க்ரிஷிகா (mind voice): "யாரு... hello...! யாரு ன்னு கேக்குறேன் ல"

அவளுக்குள் பயம் அப்பட்டமாய் ஊடுருவ, மூச்சை இழுத்து பிடித்துக் கொண்டு கட்டிலில் இருந்து எழுந்து கொண்டாள்.

"ஸ்... ஸ்ஸ்.... இங்க வா"

மீண்டும் அதே குரல்.

க்ரிஷிகா: "யாரு ன்னு சொல்லுங்க...!"

கேட்டுக் கொண்டே அடுப்படி பக்கம் வந்தவள் ஒரு நொடி அதிர்ந்து தான் போனாள்.

க்ரிஷிகா: "ஐயோ... அம்மா...!"

நெஞ்சைப் பிடித்துக் கொண்டு கத்தப் போனவளது வாயை ஒரு கரம் வந்து பொத்தியது.

"க்ரிஷிகா don't shout… நான் தான்…."

சொல்லிக் கொண்டே ஒரு உருவம் வெளியே வர, பயந்து கத்துவதற்கு பதில் க்ரிஷிகாவின் மனதிற்குள் ஒரு நிம்மதி பரவியது.

க்ரிஷிகா: "அர்ஜுன்… நீ எப்டி இங்க வந்த?"

கேட்டுக்கொண்டே மெல்ல அவனை தன் அறைக்குள் அழைத்து சென்றாள்.

அர்ஜுன்: "இப்போ எதுக்கு இப்டி சொந்த வீட்டுக்குள்ளயே திருட்டு கோழியாட்டம் ஒளிஞ்சி ஒளிஞ்சி போற க்ரிஷிகா?"

அவன் கேட்க அவளோ பதில் எதுவும் பேசவில்லை. அமைதியாக அவனை அறைக்குள் அழைத்துச் சென்றவள் அறைக் கதவை முதலில் தாழிட்டாள்.

க்ரிஷிகா: "நீ வந்தத மட்டும் அம்மா அப்பா பாத்தாங்கன்னா அவ்ளோ தான். ஏன் இவ்ளோ risk எடுத்து வீட்டுக்குள்ள வந்த?"

அவனை நினைத்தும் அவளுக்கு கவலையாக தான் இருந்தது.

அர்ஜுன்: "உன் அப்பா வெளிய போயிட்டாரு. அம்மாவும் இப்போ வெளிய தான் போனாங்க. நீ தனியா இருப்பியே! பயமா இருக்கும் ல! அதான் ஒரு safety க்காக நா வந்தேன்!"

கஷ்டப்பட்டு ஒரு காரணத்தை கண்டுபிடித்து கூற, அதை எல்லாம் உடனே நம்பி விட்டால் அவள் க்ரிஷிகா அல்லவே!

க்ரிஷிகா: “அப்டியா….! நம்பிட்டேன்! சரி சொல்லு என்ன விஷயம்”

அசால்டாக அவள் கேட்க, மெல்ல புன்னகைத்தவன் அவளின் கன்னத்தில் படிந்திருந்த கண்ணீர் கோடுகளை லேசாக வருடி விட்டான்.

க்ரிஷிகா: “என்… என்ன… அர்ஜுன்?”

அர்ஜுன்: “அழுதியா…?”

ஒற்றை வார்த்தை தான் கேட்டான். அந்த ஒரே ஒரு வார்த்தையில் மொத்தம் மறந்தவள், பொய்யாக தன் முகத்தில் வரவழைத்து வைத்திருந்த சிரிப்பையும் ஒரே நொடியில் கைவிட்டாள். தன்னை அறியாமல், பதில் கூற முடியாமல் அவள் முகம் தொங்கிப் போக, தன் இரு கரம் கொண்டு அவள் வதனம் உயர்த்தினான் அர்ஜுன்.

அவன் அப்படித்தான். க்ரிஷிகா என்றால் கொள்ளை பிரியம் அவனுக்கு. ஏன் எதற்கு என்றெல்லாம் தெரியாது. ஒரே apartment இல் வசிக்கிறார்கள். ஒரே பாடசாலையில் கல்வி கற்கிறார்கள். இதெல்லாம் தாண்டி ஏதோ ஒரு மின்சாரம் அவளை நோக்கி அவனை இழுத்தது என்னவோ உண்மை தான். இது காதல் என்று உணரும் அளவுக்கு அவனுக்கு வயது

போதவில்லை. ஏதோ ஒரு அன்பை மட்டும் பெயர் கூறாமல் பகிர நினைத்தான்.

❀ ❀ ❀

At the hospital…

நிலா: “அக்கா என்ன ஆச்சு க்கா…. Are you alright?”

கேட்டுக்கொண்டே அவசர அவசரமாக உள்ளே நுழைந்தவள் கண்டது என்னவோ மிரண்ட விழிகளுடன் அங்கும் இங்கும் உருத்து விழித்துக் கொண்டிருந்த வைஷாலியை தான்.

வைஷாலி: “நிலா… நீ… நா இங்க எப்டி? என்ன ஆச்சு…?”

ஏதோ ஒரு கனவு லோகத்தில் இருந்து விழித்துக் கொண்டது போல இருந்தது அவளுக்கு.

நிலா: “it’s okay it’s okay… take it easy.. calm down! ஒனக்கு எதுவும் இல்ல கா…!”

ஆதுரமாய் வைஷாலியின் கரத்தை பற்றிக் கொண்டாள். வைஷாலியின் மனதில் பற்பல கேள்விகள். அதில் முக்கியமானது அந்த காமுகர்களின் பிடியில் இருந்து அவள் எப்படி தப்பினாள் என்பது தான்.

வைஷாலி: “என்ன hospital ல admit பண்ணது யாரு நிலா?”

அவளுக்கு தெரிந்தே ஆக வேண்டும் போல இருந்தது.

நிலா: "அது எனக்கு தெரியல க்கா... யாரோ road ல போறவங்க தான். But, நீ எனக்கு ஒன்னு சொல்லு. ஏன் நீ அவ்ளோ தூரம் வீட்ட விட்டு போன? நா எவ்ளோ சந்தோஷமா உன்ன பாக்க வீட்டுக்கு வந்தேன் தெரியுமா? ஆனா, நீ வீட்ல இல்ல. எல்லா எடத்துலயும் தேடி திரிஞ்சேன். Then hospital ல இருந்து Call வந்திச்சு. உசுர கைல பிடிச்சிட்டு ஓடி வந்தேன். Thank god. ஒனக்கு எதுவும் ஆகல! நீ first எதுக்கு அங்க போன ன்னு சொல்லு"

ஆரம்பித்த இடத்திலே வந்து நின்றாள்.

வைஷாலி: "நா இதுக்கு முன்னாடி work பண்ண orphanage ல என் கூட ஒரு கொழந்த எப்பவுமே விளையாடிட்டு இருக்கும் ல? அந்த பாப்பாவ இங்க தான் யாரோ adopt பண்ணாங்க. அவள பாக்கலாம்னு போயி, எல்லாம் சொதப்பிரிச்சு...!"

பாதி உண்மையும் மீதி பொய்யுமாய் சொன்னவள் தன் பின் தலையில் அழுத்தம் கொடுத்து கட்டிலில் சாய்ந்து கொண்டாள்.

❀ ❀ ❀

அர்ஜுன் க்ரிஷிகாவையே இமை வெட்டாமல் பார்த்துக் கொண்டிருந்தான்.

அவளின் மனதில் ஏதோ ஒன்று ஓடிக் கொண்டிருக்கிறது என தெளிவாகத் தெரிந்தது. ஆனால் அதை அவள் தான் வாய் விட்டு கூற வேண்டும்.

அர்ஜுன்: “ஏன் உங்க அம்மா அப்பா எப்ப பாரு சண்ட போட்டுக்கிட்டே இருக்காங்க. உங்க வீட்ல இருந்து எப்பவும் சண்ட சத்தம் மட்டும் தான் கேக்குது? என்ன தான் பிரச்சின க்ரிஷிகா?”

தான் கேட்பது அதிகப் பிரசசங்கித் தனமாக தெரிந்தாலும் அவள் கவலையை தீர்த்தாக வேண்டும் என்ற எண்ணம் உறுதியாக இருந்தது.

க்ரிஷிகா: “அப்டியெல்லாம் எதுவும் இல்ல.”

அவனது கண்களைப் பாராமல் பதில் சொல்ல அவனின் சந்தேகம் இன்னும் உறுதியாகியது.

அர்ஜுன்: “சரி உனக்கு விருப்பம் இல்லன்னா சொல்ல வேணாம். ஆனா இதுக்கு பதில் சொல்லு. ஏன் நீ ஸ்கூல் ஒழுங்கா வர மாட்டேங்குற? ஒரு நாள் வர்ற. இன்னொரு நாள் ஆள காணோம். என்ன நடக்குது?”

அவள் வாயைத் திறந்து சொல்லட்டும் என அவன் எதிர்பார்த்தான்.

ஆனால் அவளோ அவனைப் பார்ப்பதையே தவிர்த்தாள்.

அவனின் கண்கள் க்ரிஷிகாவை ஆழமாக ஆராய்ந்தன. அவன் கேள்வி கேட்க தொடங்கியதும் பதறத் தொடங்கி இருந்தாள். பாதி நகங்களை கடித்து துப்பியே விட்டாள். கண்களில் ஒரு வித பயம் தெரிந்தது.

க்ரிஷிகா: “வீட்ல கொஞ்சம் financial problem. அது தான்.”

அவள் குரல் கொஞ்சமாய் திக்கி திணறியது. அதற்கு மேல் எதையும் தோண்டி துருவ அவன் விரும்பவில்லை.

பெருமூச்சு விட்ட அர்ஜுன் அவளை கனிவாகப் பார்த்தான்.

அர்ஜுன்: “என்னவோ. பாத்து இருந்துக்க க்ரிஷிகா. எத நினச்சும் கவலப்படாத. எது நடந்தாலும் நான் கூட இருப்பேன் ஓகே வா? இப்ப ரெஸ்ட் எடு.”

சிறு புன்னகையுடன் சொல்ல அவளும் அழகாய் புன்னகை செய்தாள்.

அர்ஜுன்: “நான் போயிட்டு வாறேன்.”

விடைபெற்றவனது மனதுக்குள் நூற்றுக்கணக்கான கேள்விகள்.

அர்ஜுன் மைன்ட் வாய்ஸ்: “உண்மைலயே financial problem தானா? இந்த வீட்ட பாத்தா அப்டி ஏதும் தெரிலயே. க்ரிஷிகா என்கிட்ட இருந்து எத மறைக்கிறா?”

யோசித்துக் கொண்டே அறைக் கதவைத் திறக்க அதே நேரம் வாசல் கதவும் திறந்து கொண்டது. அதை எதிர்பார்க்காதவன் அதிர்ந்து நின்றான்.

❀ ❀ ❀

வைஷாலி நிலாவுடன் பேசிக் கொண்டிருக்க அவளின் அலைப்பேசி ஒலி எழுப்பியது.

வைஷாலியின் அலைப்பேசி நிலாவின் கையில் இருக்க பட்டென்று கேட்டாள்.

வைஷாலி: "யாரு மேரி மிஸ்ஸா?"

அவள் கேட்டதும் திரையைப் பார்த்தவள் ஆம் என்று தலையசைத்து கைப்பேசியை வைஷாலியிடம் கொடுத்தாள்.

நிலா: "ரொம்ப நேரமா உன் கூட பேச ட்ரை பண்ணிட்டு இருக்காங்க."

தகவலையும் சொன்னவள் வைஷாலி பேசுவாள் என கவனமாய் இருக்க, அவளோ அழைப்பை உயிர்ப்பிக்காமல் கையிலேயே வைத்திருந்தாள்.

வைஷாலி: "நான் தான் முழிச்சிட்டேன் ல நிலா. வீட்டுக்கு போலாம் டிஸ்ஜார்ஜ் பண்ற வேலையப் பாரு போ..."

நிலாவுக்கு புரிந்து போனது. தான் இருந்தால் பேச மாட்டாள் என.

நிலா: "ஓகே க்கா."

எழுந்து சென்று விட அதன் பின் தான் அழைப்பை உயிர்ப்பித்து காதில் வைத்தாள்.

வைஷாலி: "சொல்லுங்க மேரி சிஸ்டர்?"

மேரி: "இப்ப ஓகே வா வைஷாலி உனக்கு? எப்டி இருக்க? என்ன ஆச்சு? ரொம்ப பெரிய ப்ராப்ளமா?"

வைஷாலியின் குரல் கேட்டது தான் தாமதம் படபடவென கேள்விகளை அடுக்க தொடங்கி விட்டார்.

வைஷாலி: “I am totally alright madam. நீங்க டென்ஷன் ஆகாதீங்க. நீங்க கொடுத்த அட்ரெஸ்க்கு போயிருந்தேன். ஆனா நீங்க சொன்ன மாதிரி அங்க யாரும் இல்ல. நாலு பாய்ஸ் தான் இருந்தாங்க. அவங்க என்ன ரேப் பண்ண பாத்தாங்க. அதுவரைக்கும் தான் எனக்கு ஞாபகம் இருக்கு. அப்றம் என்னாச்சு ன்னு எனக்கே தெரில. கண் முழிச்சு பாத்தா ஹாஸ்பிட்டல இருக்கேன்.”

அவளும் நடந்ததை சுருக்கமாய் சொல்ல,

மேரி: “ஏசப்பா! உனக்கு எதுவும் ஆகலயே. நீ ஓகே தானே. அந்த பசங்க...”

என்னவென்று கேட்பது என புரியாமல் இழுத்தார்.

வைஷாலி: “இல்ல சிஸ்டர். எதுவும் ஆகல. யூ டோன்ட் வொரி. ஆனா அந்த அட்ரெஸ்...”

மேரி: “நான் சந்தேகப்பட்டது சரி தான் வைஷாலி. இது ஏதோ தப்பா இருக்கு. அந்த குழந்தைய அடொப்ட் பண்ணவங்க அந்த அட்ரெஸ் தான் கொடுத்திருந்தாங்க. பட் அதுவே தப்பு. சம்திங் ராங். நான் அசோசியன் ல சொல்லி விசாரிக்க சொல்றேன். நீ இத போட்டு குழப்பிக்காத. நா பாத்துக்குறேன். நீ ரெஸ்ட் எடு.”

ஆறுதலாய் சொன்னவருக்கு மூளையில் பல எண்ணங்கள் ஓடியது.

வைஷாலி: “ஓகே மேடம். கொஞ்சம் என்ன ஏது ன்னு பாருங்க. குழந்த விஷயம் இல்லையா?”

அவளும் ஒரு முறை அழுத்தமாய் சொன்னாள்.

மேரி: “ஓகே வைஷாலி. நீ ரெஸ்ட் எடு. நான் உன் கூட பிறகு பேசுறேன்.”

அழைப்பைத் துண்டித்து விட வைஷாலியும் யோசனையில் ஆழ்ந்தாள்.

வைஷாலி: “எதுக்காக அட்ரெஸ மாத்தி கொடுக்கனும்? ஒரு வேள வேற வீட்டுக்கு Shift ஆகிட்டாங்களா?”

எண்ணங்கள் பல ஓட அந்த சிந்தனைக்குள் மூழ்கினாள். அதே நேரம் கதவருகே நின்று அத்தனையும் கேட்டுக் கொண்டு நின்றாள் நிலா.

நிலா: “சோ அந்த மேரி மேடம் தான் இவள அங்க அனுப்பி இருக்காங்க.”

தெளிவாய் விளங்கிக் கொண்டவள் அந்த மர்ம எண்ணுக்கு அழைப்பை விடுத்தாள்.

தொடரும்....

❀ ❀ ❀

07

ப்ரீத்டேக்கிங் மோமென்ட்

At Nila's house - Morning

நிலா: "அக்கா நீ ஓகே தானே? நான் வெளிய போயிட்டு வரேன். அது வரைக்கும் வீட்ல Safe ஆ இரு என்ன! எங்க போறதா இருந்தாலும் என்கிட்ட சொல்லிட்டு போ. முடிஞ்சா நானே வந்து உன்னை கூட்டிட்டு போறேன். இந்தா இத செலவுக்கு வச்சுக்கோ!"

அக்காவுக்கு தன்னால் முடிந்த சில பல அறிவுரைகளை கூறிவிட்டு, சில நோட்டு பணங்களையும் அவளிடம் கையளித்து விட்டு வெளியேற போன நிலாவின் கரத்தை பிடித்து தடுத்தாள் வைஷாலி.

நிலா: "என்னக்கா என்ன வேணும்?"

ஒரு நொடி பதறியவள் பின் தன்னை சமப்படுத்தி கொண்டாள். வைஷாலி சில கணங்கள் எந்த பதிலும் சொல்லாமல் தன்னை பார்த்துக்கொண்டு மட்டும் இருந்ததில் புதிதாய் ஒரு பயம் தொற்றிக் கொண்டது நிலாவின் மனதில். இருப்பினும் அவளே சொல்லட்டும் என்று பொறுமை காத்தாள்.

வைஷாலி: “நேத்து என்கிட்ட என்ன விஷயமா பேசணும்னு ரொம்ப சந்தோஷமா வந்த?”

நிலா: “இல்ல புரியல!”

உண்மையில் புரியவில்லை அவளுக்கு.

வைஷாலி: “அதான் நேத்து ஹாஸ்பிடல் ல வச்சு நீ தானே என்கிட்ட சொன்ன? ஏதோ ஒரு சந்தோஷமான விஷயத்த நீ என்கிட்ட சொல்ல வரும் போது நான் வீட்ல இல்ல ன்னு! அது என்ன?”

சரியாக அவள் பாயிண்ட்டை பிடித்து பேச, ஆழ்ந்த பெருமூச்சை இழுத்து விட்டாள் நிலா.

நிலா: “அதுவா க்கா… நேத்து நீ work பண்ண போற இடத்துல இருந்து எனக்கு Call பண்ணாங்க. உன்ன Job ல Join பண்ணிக்க சொன்னாங்க. எல்லாம் approve ஆகிடிச்சு. அத சொல்ல தான் வந்தேன். அதுக்குள்ள என்னென்னவோ ஆகிருச்சு!”

நிலா சொல்லி முடிக்க, வைஷாலியின் முகத்தில் தோன்றிய சந்தோஷத்திற்கு அளவே இல்லாமல் போனது. அவளும் எத்தனை நாட்கள் தான் இப்படி அடுத்தவரை எதிர்பார்த்து வீட்டிலேயே இருக்க முடியும்! ஒருவேளை அப்படித்தான் இருக்க வேண்டும் என்றால் அவளுடைய சொந்த நாட்டிலேயே இருந்து விட்டு போயிருக்கலாமே!

வைஷாலி: “நிஜமாவா சொல்ற? அப்போ எனக்கு Job OK ஆகிரிச்சா…!!”

குஷியாக எழுந்து நின்று கேட்டவளை திடீரென்று ஒரு யோசனை முற்றுகையிட்டது.

வைஷாலி: "ஆமா நிலா... நேத்து job approve ஆகி இருந்தா, இன்னைக்கு நான் வேலைக்கு போய் இருக்கணும் ல! ஏன் நேத்தே என் கிட்ட நீ சொல்லல!"

சுவற்றில் தொங்கவிடப்பட்டிருந்த கடிகாரத்தில் நேரத்தை பார்த்தவளுக்கு இனி தயாராகி செல்வது என்பது நடக்காத காரியம் என்று நன்றாக புரிந்து போனது.

நிலா: "என்னக்கா? விளையாடுறியா நீ!! அதெல்லாம் முடியாது. நா உன் manager கிட்ட பேசிட்டேன். அவரு ரொம்ப நல்லவரு. எந்த பிரச்சனையும் இல்லையாம். உன்ன தாராளமா ரெண்டு நாள் rest எடுத்துட்டே work ல Join பண்ணிக்க சொன்னாரு"

அவள் சொல்ல, அப்போது தான் வைஷாலியிடம் இருந்து ஒரு நிம்மதி பெருமூச்சு வெளியானது.

வைஷாலி: "salary ல லாம் கை வச்சிட மாட்டாங்க ல?"

அவள் கவலை அவளுக்கு. ஆனால், அந்த அப்பாவி பேதையை சுற்றி நடக்கும் மர்மங்கள் அவளுக்கு புரியாமல் போனதன் மாயம் என்னவோ!

நிலா: "அதெல்லாம் மாட்டாங்க. நீ சும்மா overthink பண்ணாத! and இன்னைக்கு night ஒரு birthday Party இருக்கு. ready ஆகி இரு... நாம வெளிய போகலாம்!"

தங்கை சொல்ல, அக்காவுக்கு அனைத்தும் புதிதாக இருந்தது இன்று.

வைஷாலி: “OK நிலா!”

என்றவளின் முகம் இப்போது தெளிவாக இருந்தது. அதை திருப்தியாக பார்த்த நிலா அங்கிருந்து கிளம்பி சென்றாள். தங்கையின் மீது இருந்த கோபம் இப்போது சற்று குறைந்து இருந்தது. ஆனால் அடுத்த நாளே அவளை கொண்டு சென்று ஒரு சிறைக்குள் நிலா அடைக்கப் போவதை அவள் அப்போது அறிந்திருக்க வாய்ப்பில்லை தான்.

❀ ❀ ❀

ஆதித்யாவின் அலுவலக அறையில் ஆதித்யா இருக்கவில்லை. அன்று அவனுக்கு பதில் பிரபு தான் அமர்ந்திருந்து அத்தனை வேலைகளையும் இழுத்து போட்டு பார்த்துக் கொண்டிருந்தான்.

ரவி: “Sir… may I come in?”

வெளியே இருந்து ஒருவன் கதவை தட்ட, பிரபு அனுமதி தந்ததும் உள்ளே நுழைந்தான்.

பிரபு: “என்ன Man…? எல்லாம் ஓகே தானே? Stock எல்லாமே correct ஆன time ல போயாகணும். நா Check பண்ணிட்டேன். எதுக்கும் நீங்களும் ஒரு தடவ பாத்துருங்க! and one more thing, எந்த தப்பும் இந்த வாட்டி நடக்கக் கூடாது. ஆதித்யாவுக்கு தெரிஞ்சா அவ்வளவு தான். ருத்ர தாண்டவமே ஆடிருவான்!”

தன்னுடைய நண்பனை பற்றி தான் கணித்து வைத்ததை அவன் சொல்ல, லேசாக சிரித்த ரவி, தன் முகபாவனையை தீவிரமாக வைத்துக் கொண்டு பிரபுவை நெருங்கினான்.

ரவி: "அது வந்து Sir… நா ஒன்னு சொன்னா தப்பா எடுத்துக்க மாட்டீங்களே?"

அவனிடம் சொல்லவும் இவனுக்கு பயமாகத் தான் இருந்தது. இருப்பினும் மனசாட்சி இடம் கொடுக்காததால் சொல்ல எத்தனித்தான்.

பிரபு: "சொல்லு ரவி! என் கிட்ட என்ன hesitation?"

சாதாரணமாகவே கேட்டவனிடம் ரவி தான் கொண்டு வந்த செய்தியை சொல்ல, ஒரு நொடி பதறிப் போனான் பிரபு.

பிரபு: "வாட்…? No… இது… அப்போ நான் தான் ரொம்ப சாதாரணமா இத விட்டுட்டேனா!!"

நினைக்க நினைக்க ஆதங்கமாய் இருந்தது அவனுக்கு.

ரவி: "ஏதாச்சும் பண்ணுங்க Sir… நா வர்றேன்!"

சொல்லிவிட்டு அவசரமாக file ஐ எடுத்துக் கொண்டு அங்கிருந்து கிளம்பினான் ரவி.

பிரபு: "somehow I have to stop this nonsense!"

தனக்குள் சொல்லிக் கொண்டவன் ஆழ்ந்த சிந்தனைக்குள் சென்றான்.

❀ ❀ ❀

At school - friend's conversation

ஆத்விக்: "என்னடா சொல்ற நிஜமாவா?"

அர்ஜுன் சொல்வதை கேட்க கேட்க அத்தனை ஆச்சரியமாக இருந்தது அவர்களுக்கு.

அர்ஜுன்: "அட ஆமா டா.... பின்ன நா என்ன கதையா சொல்லிட்டு இருக்கேன்!"

அலுத்துக் கொண்டவனின் விழிகள் வெகுவாய் கலங்கிப் போயிருந்தன.

சம்பத்: "சரியான சம்பவம் பண்ணிட்டு வந்திருக்கான் டா! நல்ல வேல அவ அப்பன் உன்ன சப்புனு அறையாம விட்டானே! அது வரைக்கும் சந்தோஷம் டா சாமி!"

பெருமூச்சு விட்டவனை முறைத்து தள்ளிக் கொண்டிருந்தாள் அருந்ததி.

சம்பத்: "Hey... இப்ப நீ எதுக்கு என்ன பாத்து heavy யா look - u விட்டுட்டு இருக்க! நீ மொறைக்க வேண்டியது அவன மா...! அத்த விட்டுடுட்டு...!"

மீதி என்ன சொன்னானோ! அனைத்து வார்த்தைகளும் அருந்ததி பார்த்த அடுத்த பார்வையில் அவனின் வாய்க்குள்ளே சிறை பட்டு போயின.

அருந்ததி: "You guys are really something யா... அர்ஜுன் பத்தி மட்டும் எல்லாரும் பேசிட்டு இருக்கீங்களே தவிர, அவன் அந்த வீட்டுக்குள்ள போயிட்டு வந்ததுக்கு அப்றம் அந்த பொண்ணோட நிலைமை என்ன ஆச்சு ன்னு ஏன் யாருமே அவன்கிட்ட இன்னும் கேக்கல?"

பெண்ணியவாதி பொங்கி எழுந்தாள். ஆனால் அவள் கேட்பதிலும் தவறு இல்லையே! அர்ஜுன் அவனின் சுயநலத்திற்காக அல்லவா அவளை பார்க்க சென்றான். அவன் நினைத்திருந்தால் காலை நேரம் சென்றிருக்கலாம். அடம் பிடித்து அல்லவா அரை இரவில் அறைக்குள் நுழைந்தான்.

இப்போது அருந்ததி கேட்ட அந்த கேள்விக்குப் பிறகு அத்தனை பேரின் பார்வையும் மீண்டும் அர்ஜுனின் பக்கம் திரும்பியது.

கங்கா: "சொல்லு அர்ஜுன்! அவ தான் கேக்குறா ல!"

சற்றே அவள் மிரட்ட, அடுத்து அர்ஜுன் பேசப் பேச மூச்சு கூட விட மறந்து போயினர் அவனின் நண்பர்கள்.

❀ ❀ ❀

Joe's cafe - துபாய்

நிலா: "செம்மயா இருக்கு ல ஜீவா!"

அருகே நின்றவனை ஆர்வமாய் பார்த்து கேட்டாள்.

ஜீவன்: "ஆமா… அதனால தான் நா ஒனக்கு இந்த restaurant அ suggest பண்ணேன்…!"

அவள் விழிகளைக் கண்டு கூறியவன், தன் பார்வையை வேறு பக்கம் அகற்றவே இல்லை.

நிலா: "Yeah… ரொம்ப thanks.. ஆமா, நீ அடிக்கடி இங்க வருவியோ! இல்ல, கேட்டதுமே டக்குனு சொல்லிட்ட… அதான் கேட்டேன்!"

இல்லையா பின்னே! பெரும் பணம் படைத்த வர்க்கத்தினர் மட்டும் வந்து போகக் கூடிய இடமாய் அது இருக்க, நிலாவுக்கு எல்லாம் அது என்றும் கனவு தான். ஏதோ இப்பொழுது ஒரு program organizing team இல் அவள் இருப்பதால், அவ்வப்போது இம்மாதிரியான இடங்களை பார்க்க அவளுக்கு வாய்ப்பு கிட்டுகிறது. இன்று தன் அக்கா வைஷாலியை ஆசையாக அவள் அழைத்து செல்வதாக கூறிவிட்டு வந்த Party இங்கு தான் நடக்கவுள்ளது.

ஆனால் ஜீவன் அப்படியல்ல; அவன் பிறப்பிலேயே பணக்காரன். இம்மாதிரியான இடங்கள் எல்லாம் அவனுக்கு சர்வ சாதாரணம். அவளது கண்ணில் இருக்கும் அந்த பிரமிப்பின் பேரொளி அவனின் தோரணையில் தெரியவில்லை. அவன் என்னவோ அங்கு சாதாரணமாகத் தான் நின்று கொண்டிருந்தான்..

ஜீவன்: “நா அன்னைக்கு உன்ன இங்க போக தான் கூப்பிட்டேன். நீ தான் வர்ல!”

குறுக்கில் குறை பிடித்தான் அவன்.

நிலா; “ஐயோ அது நீ உன்னோட friends கூட ல போக போறேன் ன்னு சொன்ன? அதான் நா வர்ல. எனக்கு அதெல்லாம் சுத்தமா பிடிக்காது!”

அவளது குரலில் ஒரு உறுதி தெரிந்தது.

ஜீவன்: “என்னையும் சேத்தா சொல்ற?”

ஒரு மாதிரியாக கேட்டுக் கொண்டே அவளை நெருங்கினான்.

நிலா; "அது வந்து... நா... அப்டி இல்ல! ஜீவா....!"

அவனின் நெருக்கம் பெண்ணவளை ஏதோ செய்ய, என்னவோ ஒரு மந்திரத்திற்கு கட்டுண்ட பறவையாய் மாறிப் போனாள்.

ஜீவன்: "அப்டி இல்ல ன்னா... வேற எப்டி? இப்பவாச்சும் மனசுல உள்ளத open ஆ சொல்லு டி...! நாம என்ன யாரோவா!!"

கிறக்கமாக கேட்டுக் கொண்டே இன்னும் இன்னும் அவளை அவன் நெருங்கிப் போக, நிலாவுக்கு பித்து பிடிக்காத குறை தான்.

நிலா: "நா... நா போகனும். அங்... அங்க அக்கா தனியா... I need some sp....!!"

அவள் முழுதாய் சொல்வதற்குள், ஜீவன் செய்த செயலில் நிலாவின் மொத்த பிரபஞ்சமும் ஒரு நொடி நின்று போக, அங்கே மறு முனையில் தன் அலைபேசிக்கு வந்த குறுஞ்செய்தியைப் பார்த்து அதிர்ந்து போய் நின்றாள் வைஷாலி.

❀ ❀ ❀

08

அனாதை

At school…

கங்கா: "டேய் வாய தொறந்து சொல்லு. அப்றம் என்ன ஆச்சு?"

அவள் கேட்க இவன் சொல்ல ஆரம்பித்தான்…

நேற்று இரவு…

அருண்: "டேய் யாருடா நீ…!"

அர்ஜுனின் சட்டையை கொத்தாக பற்றினார்.

அர்ஜுன்: "I'm her school friend uncle!"

அவனுக்கு பயமில்லை. பயப்படும் அளவுக்கு தவறு எதுவும் செய்திடவில்லை அல்லவா. நிர்வாகவே பதில் சொன்னான்.

அருண்: "நீ எதுவா வேணும்னாலும் இருந்துட்டு போ.. இந்த time ல என்ன பண்ற? அதுவும் அவ room குள்ள?"

சற்றே அதட்ட, அருனின் கரத்தை தன் சட்டையில் இருந்து நீக்கி விட்டான் அர்ஜுன்.

அர்ஜுன்: “என் Notes அ குடுத்திருந்தேன் அவளுக்கு. மூணு நாளா School க்கு வர்ல. teacher கிட்ட நான் தானே அடி வாங்கனும்!! அவளுக்கு என்ன! ஜாலியா leave போட்டுட்டு வீட்ல இருக்கா. எடுத்த book அ திருப்பி குடுக்கனும்னு அறிவு வேண்டாம்? சின்ன பொன்னாச்சே! help பன்னலாம் னு நினைச்சது என் தப்பு தான். ச்சே! விடுங்க நா போறேன்”

தடாலடியாய் சொன்னவன் கையில் எடுத்து சென்றதோ க்ரிஷிக்காவின் art புத்தகம். ஆனாலும் சமாளித்தவன் வெளியே சென்று விட, போகும் அவனை புரியாத பார்வை பார்த்து வைத்தான் அருண்.

க்ரிஷிகா (mind voice): “அடப்பாவி… அந்த book அ எப்போ எடுத்தான்! ச்சே! இப்போ குடுத்துட்டு போ ன்னு கேக்கவும் முடியாதே!”

மனதிற்குள் அவள் வருந்திய வார்த்தைகள் எல்லாம் அவன் காதில் விழவில்லை. அவன் பாட்டுக்கு வீட்டுக்கு வெளியே book உடன் சென்று விட்டான்.

அர்ஜுன்: “யப்பா… just ல miss - u”

ஒரு பெருமூச்சு விட்டவனின் செவிப் பறையைக் கிழித்தது, அடுத்த நொடி உள்ளே அருண் போட்டு உடைத்த கண்ணாடி bottle இன் சத்தம். அதிர்ந்து போன அர்ஜுன் அந்த கதவின் சாவி போடும் துளை வழி காட்சியை காண எண்ண, பேசும் சத்தம் மட்டுமே ஓரளவுக்கு அவனால் கேட்கக் கூடியதாய் இருந்தது.

அருண்: “ஏய்… என்ன டி drama இதெல்லம்…?”

கேட்டுக் கொண்டே அருகில் வந்த ராட்சசனைப் பார்க்கவே பயமாய் இருந்தது அவளுக்கு.

க்ரிஷிகா: "அப்... அப்பா...!"

இரண்டடி பின்னால் சென்றவளை அடிப்பதற்காக அருண் கையை ஓங்க, அழவே ஆரம்பித்து விட்டாள் க்ரிஷிகா.

அருண்: "யாருக்கு யாரு டி அப்பா... நா ஊருல யார் யார்க்கு வேணும்னாலும் அப்பனா இருப்பேன். ஆனா அந்த மலடி தத்தெடுத்துட்டு வந்த ஒனக்கு ஒரு நாளும் அப்பனா இருக்க மாட்டேன். புரியுதா! ச்சீ... எவனுக்கு பொறந்து தொலைச்சியோ!"

குடி போதையின் உச்சத்தில் இருந்திருப்பான் போலும். அவனது வார்த்தைகள் அந்த பிஞ்சு உள்ளத்தைக் காயப்படுத்துவது கூட தெரியாமல் இஷ்டத்திற்கு பேசினான். அவன் விட்ட வாத்தைகளில் சிறு பெண்ணின் இதயம் மட்டும் அல்ல; வெளியே நின்ற அர்ஜுனின் உள்ளமும் சேர்ந்து நொறுங்கியது.

இன்று...

ஆத்விக்: "என்ன டா சொல்ற? அப்போ அவங்க அவளோட நிஜமான அம்மா அப்பா கிடையாதா?"

அவன் கேட்ட கேள்வியில் அர்ஜுன் இல்லை என்னும் விதமாய் தலையை ஆட்ட அதிர்ந்து விழித்தனர் நண்பர்கள்.

❁ ❁ ❁

At Nila's house

கையில் தன் அலைபேசியை வைத்து பார்த்தபடி அங்கும் இங்கும் அலைந்து கொண்டிருந்தாள். அதில்,

'வேணாம் வைஷாலி. ஒனக்கு இதோட seriousness புரியல. நீயாவே ஒரு புதைகுழியில மாட்டிக்க போற! சொன்னா கேளு. It's my last warning. துபாய் உனக்கான இடம் இல்ல. போயிடு'

இந்த முறை செய்தி சற்று பெரிதாக தான் வந்திருந்தது. அதுவும் தமிழில். இப்படி இருக்கும் பொழுது வைஷாலிக்கு சந்தேகம் வராமல் இருந்தால் தான் ஆச்சரியம்.

வைஷாலி: "யார் இதெல்லாம் அனுப்புறாங்க? என் பேர வேற சரியா சொல்றாங்க ன்னா, கண்டிப்பா என்னை தெரிஞ்ச யாரோ ஒருத்தரா தானே இருக்கணும்! என்ன ஏது ன்னு முழுசா சொன்னா நா கொஞ்சம் ஜாக்கிரதையா இருந்துப்பேன் ல! அத விட்டுட்டு எதுக்காக இப்டி என்ன வச்சு விளையாடிட்டு இருக்காங்க!"

இப்படி குறுஞ்செய்திகள் அனுப்புவது யார் என்று பதிலுக்கு கேள்வி கேட்டு அதே எண்ணுக்கு பல குறுஞ்செய்திகள் அவளும் அனுப்பி விட்டாள் தான். இவ்வளவு ஏன்! மனதைத் திடப்படுத்திக் கொண்டு அழைப்பை வேறு ஏற்படுத்தி பார்த்துவிட்டாள். ஆனாலும் மறுபக்கத்தில் இருந்து எந்த பதிலும் இல்லை. எச்சரிக்கைகள் மட்டுமே வந்து கொண்டிருக்கின்றன.

தான் சற்று நேரம் சந்தோஷமாக இருந்தால் கூட இங்கு யாரோ ஒருவருக்கு பிடிக்க மாட்டேன் என்கிறதே

என்பதை நினைத்து தலையை பிய்த்துக் கொண்டு அமர்ந்திருந்தாள் வைஷாலி.

வைஷாலி: “சரி இன்னைக்கு நிலா வீட்டுக்கு வந்ததும் இது பத்தி அவ கிட்ட பேசலாம். Then, party வேற இருக்கு ன்னு சொன்னாளே! நல்ல சேலையா பாத்து எடுத்து வைக்கணும். எத போட்டுக்கலாம்?”

எப்படி எப்படி தான் அவள் தன் மனதை திசை திருப்ப முயன்றாலும், ‘துபாய் உனக்கான இடம் அல்ல’ என்ற அந்த ஒரே ஒரு எச்சரிக்கை மட்டும் தான் அவள் செவிப் பறையை கிழித்துக் கொண்டு மானசீகமாய் ஒலித்துக் கொண்டிருந்தது. அதை அவளால் ஏற்கவும் முடியவில்லை, அதே நேரம் தவிர்க்கவும் முடியவில்லை.

வேறு வழியே இல்லாமல், அதற்கு மேல் பொறுக்க முடியாமல் நிலாவுக்கு அழைப்பை ஏற்படுத்த, அங்கு ரம்யமாக ஒரு முத்த காட்சிக்கு தயாராய் இருந்த நிலாவின் மனநிலையை அந்த அலைபேசி ஒலி சிவ பூஜையில் கரடி போல வந்து கலைத்து விட்டது.

ஜீவன்: “நிலா… Call லாம் அப்பறமா பேசிக்கலாம் டி…!”

அவளை அவன் போக விடவில்லை.

நிலா: “ம்ச்… தள்ளு ஜீவா…! அக்கா தான் Phone பண்றாங்க. ஏதாச்சும் அவசரமா இருந்தா என்ன பண்றது?”

கேட்டுக் கொண்டே அவனின் நெஞ்சில் கை வைத்து லேசாக ஜீவனை தள்ளி விட்டவள் அலைபேசியை உயிர்ப்பித்து காதில் வைத்தபடி மறுபக்கம் நகர்ந்தாள்.

நிலா: "சொல்லு க்கா… என்ன விஷயம்?"

அவள் கேட்க, மறுமுனையில் கையை பிசைந்த படி நின்று கொண்டிருந்தாள் வைஷாலி. உண்மையில் அவளுக்கு அந்த குறுஞ்செய்தி பற்றி எல்லாம் அலைபேசியில் எப்படி சொல்வது என்று தெரியவில்லை. நேரில் வந்திருந்தாலாவது அலைபேசியை கரத்தில் ஒப்படைத்து கண்களாலேயே பார்த்துக்கொள் என்று காட்டி இருப்பாள். இப்போது வாய்மொழியாக அல்லவா கூற வேண்டும்! அனைத்திலும் பயந்த சுபாவம் கொண்டவள் இதிலும் திணறிக் கொண்டு நின்றாள்.

நிலா: "என்ன க்கா… சொல்லு க்கா!"

வைஷாலி ஏதோ ஒன்றை வாய் திறந்து சொல்ல வருவதே அதிசயம். இதில் சொல்லும் போது கேட்டுக் கொள்ளவில்லை என்றால் இனி எப்போதுமே முடியாது என்று தங்கை அவளுக்கு தெரியாதா என்ன!

வைஷாலி: "அதில்ல நிலா…! ஒரு மாறியா இருக்கு. வீட்ல தனியா இருக்க முடில. இதுவே என்னோட future life ஆ மாறிடுமோ ன்னு பயமா வேற இருக்கு! So, நா வந்து…!"

வைஷாலியின் பேச்சை இடைமறித்தாள் நிலா.

நிலா: "சொல்லு க்கா… என் கிட்ட ஒனக்கு என்ன தயக்கம்?"

வைஷாலி: "தயக்கம் லாம் எதுவும் இல்ல நிலா! எனக்கு துபாய் புடிக்கல. இந்தியாவுக்கே போயிடலாம் ன்னு இருக்கேன்!"

அலுங்காமல் குலுங்காமல் நிலாவின் தலையில் ஒரு குண்டை இறக்கினாள்.

நிலா: "என்ன கா.... என்ன ஆச்சு? ஏன் திடீர்னு இப்டி எல்லாம் பேசுற!"

இல்லை, உன்னை போக நான் விட மாட்டேன் என நேரடியாக அவளால் சொல்லி விட முடியவில்லை. தேவை அவளுடையது. இறங்கி போயாக வேண்டிய சூழ்நிலை. பல்லை கடித்துக் கொண்டு பொறுத்துக் கொண்டாள்.

வைஷாலி: "அது வந்து... Call ல இதெல்லாம் Deep ஆ பேச முடியும்னு எனக்கு தோணல நிலா. இருந்தாலும் wait பண்ண முடியல. அதான் ஒடனே call பண்ணேன்...!"

இவள் இழுத்தடிக்க, அங்கு நிலாவின் தலையில் சூடு பறந்தது.

நிலா: "ம்ச்... சீக்கிரமா சொல்லு கா... என்ன ஆச்சு? நா work ல இருக்கேன். ரொம்ப நேரம் லாம் என்ன பேச விட மாட்டாங்க!"

அப்போதாவது சொல்கிறாளா எனப் பார்த்தாள். ம்ஹூம் அதன் விளைவும் பூஜியம் தான்.

வைஷாலி: "சரி நிலா! அப்ப நீ பாத்துக்க! work முடிஞ்சு வந்ததும் நிதானமா பேசிக்கலாம்! No problem. நா அப்போ வச்சிட்றேன்"

அவ்வளவு தான். அவள் அழைப்பை துண்டித்து விட, நிலாவுக்கோ ஐயோ என்றானது. இப்போது மீண்டும்

அழைத்து, நான் free ஆக தான் இருக்கிறேன். நன்றாக நேரமெடுத்து விஷயத்தைக் கூறு என்று கூட சொல்ல முடியாது.

நிலா: "ச்சே... என்னவா இருக்கும்?"

தனக்குள் கேட்டுக் கொண்டே அவள் மறு பக்கம் திரும்ப, பின்னால் இருந்து ஜீவன் அவளை தான் பார்த்து நக்கலாக சிரித்துக் கொண்டிருந்தான்..

நிலா: "என்ன.... நக்கலா?"

ஜீவன்: "பின்ன...!! சும்மா இருந்தா அவுங்களே சொல்லி இருப்பாங்க. நீ சும்மா scene create பண்ணி, இப்ப பாரு....! சரியான மக்கு டி நீ!"

அவள் தலையிலே ஒரு கொட்டு வைத்தான் ஜீவன். நிலா லேசாக தலையை தேய்த்துக் கொண்டாளே தவிர பதில் எதுவும் பேசவில்லை. பெரும் யோசனையில் அவள் மூழ்கி இருந்ததற்கான அடையாளம் அது. இல்லை என்றால் தான் வாயை மூடவே மாட்டாளே!

ஜீவன்: "Hey... இதுக்கு போயி யாராச்சும் இவ்ளோ think பண்ணுவாங்களா? free யா விடு. பாத்துக்கலாம்...!"

ஒவ்வொருவரின் எண்ண அலைகளிலும் ஒவ்வொரு வகையான சூறாவளி சுழற்றி அடித்துக் கொண்டிருந்தாலும், அன்றைய இரவு யார் யாருக்கு எவ்வகையான பூகம்பம் காத்திருக்கிறது என்று இந்த நொடி யூகிக்க முடியாது என்பது எத்தனை நிதர்சனம்!

❀ ❀ ❀

09

உடைந்த உள்ளங்கள்

க்ரிஷிகா அந்த ஹாலில் தனியாய் அமர்ந்து அழுது கொண்டிருந்தாள். அவளுக்கு இதுவே பழக்கமான ஒன்றாக மாறி விட்டது. அழுது அழுது கண்ணீர் வற்றிப் போகாத குறை தான்.

அவளுக்கு முன்னால் வீடே அலங்கோலமாய் கிடக்க அதை சுத்தம் செய்யக் கூட தோன்றவில்லை.

கண்ணீரிலேயே அழுது கரைந்தாள்.

வாயை மூடி அழுது கொண்டிருக்க வாசல் கதவு திறக்கப்பட்டது. யார் வருகிறாள் என அறிந்து கொண்டவளுக்கு இன்னும் பயம் சூழ்ந்து கொள்ள இன்னும் ஒடுங்கிப் போனாள்.

வீட்டுக்குள் நுழைந்த திவ்யாவுக்கு வந்ததும் கோபம் தான் வந்தது. அப்போது தான் வீட்டை

சுத்தம் செய்து விட்டு சென்றிருந்தாள்.

யார் செய்திருப்பார்கள் என நன்றாகவே தெரியும். இருந்தும் அவளின் முறைப்பு பார்வை அழுது கொண்டிருந்த க்ரிஷிகா மீது திரும்பியது.

திவ்யா: "என்ன பண்ணி வெச்சிருக்க வீட்ட? ஒழுங்காவே நடந்துக்க மாட்டியா? உன்னால பெரிய தலவலியா போச்சு."

அருண் மீது இருக்கும் கோபம் மொத்தத்தையும் க்ரிஷிகா மீது கத்த தொடங்கினாள்.

க்ரிஷிகா: "நான் எதுவும் பண்ணலம்மா."

அழுது கொண்டே குழந்தை சொல்ல அவள் அதையெல்லாம் காதில் வாங்கவில்லை.

திவ்யா: "வாய மூடு. பேசுன கொன்னுருவேன். நீ இந்த வீட்டுக்கு வந்த நேரமே சரியில்ல. எங்கள புடிச்ச சாபம் மாதிரி ஒட்டிக்கிட்டு உசுர வாங்குற."

வாய்க்கு வந்ததை கத்த க்ரிஷிகாவின் மனம் துண்டு துண்டாய் உடைந்து போனது.

க்ரிஷிகா: "நான் எதுவும் பண்ணலம்மா."

அழுது அழுது மீண்டும் அதையே சொன்னவளைப் பார்த்தால் கல்லும் கரையும். ஆனால் அவர்களோ கொஞ்சம் கூட பாவம் பார்க்கவில்லை.

திவ்யா: "உன்ன தல முழுகுனா தான் நிம்மதி."

அவள் கத்த சட்டென அருணின் அறைக் கதவு திறந்து கொண்டது.

அருண்: "இப்ப எதுக்கு அவக்கிட்ட கத்துற? நேரடியா பேசு. சும்மா சாடமாடையா கத்துற வேல வெச்சுக்காத."

வந்தவனும் சத்தமாய் கத்த தொடங்க க்ரிஷிகா இரு காதுகளையும் அவசரமாய் மூடிக் கொண்டாள்.

திவ்யா: "நா அவக்கிட்ட தான் பேசிட்டு இருக்கேன். நீ உன்னோட வேலைய பாரு."

அவனைக் கண்டதும் இன்னும் எரிந்து விழுந்தாள்.

அருண்: "அவள கத்தி என்ன செய்ய போற? இது எல்லாத்துக்கும் காரணம் நீ. சொல்ல சொல்ல கேக்காம குழந்தைய தத்தெடுக்க போறேன்னு குதிச்ச. அதுவும் பெண் குழந்த தான் வேணும்னு அடம்பிடிச்சு இத தூக்கிட்டு வந்த. இப்ப நீ ஒன்னும் பண்ணாத மாதிரி கத்து. நீ செஞ்ச வேலையால உனக்கு மட்டுமில்ல எனக்கும் சேத்து தான் தலை வலி."

அவனும் க்ரிஷிகா மீதே பழி போட குழந்தையால் அந்த இடத்திலேயே இருக்க முடியவில்லை. மனதில் துக்கத்தை தாங்கும் வலிமை குறைந்து கொண்டே போனது.

அருண்: "யார் யாரோ இவள தேடி வாறான். கேட்டா புக் எடுக்க வந்தேன்னு கத விடுறான். உன்ன மாதிரி தான் இருக்கா இவளும். அலையுறீங்க."

அருண் பல்லைக் கடிக்க க்ரிஷிகா இன்னும் இறுக்கமாக காதை மூடிக் கொண்டாலும் அதைத் தாண்டியும் வார்த்தைகள் ஈட்டியாய் துளைக்கத் தான் செய்தன.

திவ்யா: "எக்ஸ்க்யூஸ் மீ. உன்னோட பழக்கத்த எனக்கு சொல்லாத. ஊருல போய் கேட்டு பாரு யாரு ஆயிரம்

பொண்ணுங்களோட சுத்துறான்னு. கேரக்டர்லெஸ் நீ என்னோட கேரக்டர பத்தி பேசாத."

அவனை எச்சரிக்க அவளை முறைத்தான் அருண்.

அருண்: "ஆமா டி நீ பெரிய பத்தினி. பேச வந்துட்டா. நீ என்ன வேணா பண்ணிட்டு போ. சத்தம் போடாத. தூங்கனும்."

அறிவுறித்தி விட்டு கதவை படாரென்று சாத்திவிட்டு அறைக்குள் நுழைந்து கொண்டான். அவன் சென்றதும் இப்போது திவ்யாவின் முறைப்பு மீண்டும் க்ரிஷிகாவின் மீது திரும்பியது.

திவ்யா: "எல்லாம் உன்னாலதான். எவன் பாக்க வந்தான் உன்ன? இந்த கன்றாவி எல்லாம் வேணாம்னு தானே உன்ன ஸ்கூலுக்கே அனுப்பாம வெச்சிருக்கேன். அப்பவும் இப்டி இழுத்துட்டு வந்து நிக்குற. உன்னால அந்த கேடு கெட்டவன் எல்லாம் என்ன பத்தி தப்பா பேசிட்டு போறான்."

அந்த இடமே அதிர கத்தியவள் அங்கு மேசையில் வைக்கப்பட்டிருந்த க்ரிஷிகாவின் புத்தகங்களைப் பார்த்தாள்.

திவ்யா: "படிப்பே வேணாங்குறேன். இதுல நோட்ஸ் வேற."

கோபமாய் நோட்ஸ்களை எல்லாம் கையிலெடுத்தவள் அதை துண்டு துண்டுகளாய் கிழித்தெறிய எதுவும் செய்ய முடியாத நிலையில் அழுது கொண்டிருந்தாள் க்ரிஷிகா.

திவ்யா: "இதுக்கு அப்றம் friends அது இதுன்னு யாராச்சும் வரட்டும் வீட்டுக்கு. பாத்துக்குறேன்."

மொத்தத்தையும் கிழிந்தெறிந்து விட்டு அவளின் அறைக்குள் நுழைந்து கொள்ள வாயை மூடி தனியாய் அழுது கரைந்தாள் க்ரிஷிகா.

❀ ❀ ❀

நிலா ஆரவாரமாய் தயாராகிக் கொண்டிருந்தாள் பார்டிக்கு போக. வைஷாலியோ கட்டிலில் அமைதியாய் அமர்ந்திருந்தாள். கண்ணாடி முன் நின்ற நிலா வைஷாலியைக் கண்ணாடி வழியே பார்த்தள்.

நிலா மைன்ட் வாய்ஸ்: "இவக்கிட்ட இப்ப பேசலாமா? ஏதோ பேச போறேன்னு சொல்லிட்டு இப்ப போசாம யோசனையா இருக்கா."

யோசித்தவளுக்கு அது சரியான நேரம் இல்லை என்று தோன்றியது.

நிலா மைன்ட் வாய்ஸ்: "இல்ல வேணாம். பார்டில போய் ஆறுதலா பேசிக்கலாம்."

தனக்குள் முடிவை எடுத்தவள்,

நிலா: "ரெடியாயிட்டியாக்கா?"

உற்சாகமான குரலில் கேட்டாள்.

வைஷாலி: "ம்ம். ரெடியாயிட்டேன்."

நிலா: "இந்த ட்ரெஸோட வர போறியா? பார்டிக்கு இப்டியா போறது? வேற நல்ல ட்ரெஸ் போடுக்கா."

அலுத்துக் கொள்ள தன் உடையை ஒரு முறை ஆராய்ந்தாள் வைஷாலி.

வைஷாலி: “இதுக்கு என்னடி கொறச்சல்.”

நிலா பார்டிக்கு போகலாம் என்று சொன்னதும் ஒரு சுடிதாரை எடுத்து போட்டுக் கொண்டாள்.

நிலா: “சுத்தமா நல்லா இல்ல. நீ வா நான் நல்ல சாரி ஒன்னு குடுக்குறேன். அத கட்டிக்கிட்டு வா.”

தன் அலுமாரியில் ஒரு சிவப்பு நிற புடவை ஒன்றை தேர்ந்தெடுத்து கொடுத்தாள் நிலா.

வைஷாலி: “இப்ப இதெல்லாம் அவசியமா?”

அலுத்துக் கொண்டாலும் புடவையை வாங்கிக் கொண்டு அறைக்குள் சென்றாள்.

நிலா: “கட்டிக்கோ அக்கா உனக்கு ரொம்ப அழகா இருக்கும்.”

புன்னகைத்து விட்டு அவள் ரெடியாக சிறிது நேரத்தில் புடவையுடன் அவளின் முன்னால் வந்து நின்றாள் வைஷாலி.

நிலா: “வாவ். அக்கா சூப்பர். வந்து பாரு.”

அவளை இழுத்து வந்து கண்ணாடி முன் நிறுத்தியவளுக்கே கொஞ்சம் பொறாமையாகத் தான் இருந்தது.

வைஷாலி: “உண்மையா நல்லா இருக்கா டி?”

கண்ணாடியில் சுற்றி சுற்றி பார்த்தாள்.

நிலா: "உண்மையா நல்லா இருக்கு. பார்டில மொத்த பேரோட கண்ணும் உன் மேல தான் இருக்கும் பாரு."

சொன்னவளின் வார்த்தைகளில் அக்காக்காரி மெல்லமாய் சிரித்துக் கொண்டாள்.

❀ ❀ ❀

வகுப்பறையில் ஒரு நோட் புக்கை புரட்டிக் கொண்டிருந்தான் அர்ஜுன்.

ஒவ்வொரு பக்கமாய் புரட்ட புரட்ட அவனின் கண்கள் கலங்கிக் கொண்டே போனது. முகத்தில் ஒரு வித வலி பரவ பார்த்துக் கொண்டிருந்தான் அதை.

சம்பத்: "இவன் என்னத்த இப்டி பாத்துட்டு இருக்கான்?"

மெதுவாய் அர்ஜுன் கையில் வைத்திருந்த நோட் புக்கை எட்டிப் பார்த்தான்.

சம்பத்: "வாவ் செம்ம டா. நீ ஆர்ட் எல்லாம் பண்ணுவியா? நான் இது வரைக்கும் நீ ஆர்ட் பண்ணி பாத்ததே இல்லையே. செம்மையா இருக்கே டா."

வாயைப் பிளந்து அவன் கத்த, அருகில் இருந்த நண்பர்களும் எட்டிப் பார்த்தார்கள்.

அர்ஜுன்: "இது என்னோடது இல்ல. நேத்து க்ரிஷிகா வீட்ல இருந்து எடுத்து வந்த நோட் புக்."

தொண்டையை செருமிக் கொண்டு சொன்னவனுக்கு குரல் நடுங்கியது.

அருந்ததி: “அப்ப இதெல்லாம் க்ரிஷிகா வரஞ்சிருக்காளா?”

அந்த ஓவியங்களை கூர்ந்து கவனித்தாள்.

அர்ஜுன்: “ம்ம் அவ தான் வரஞ்சிருக்கா. அவ வீட்ல எதுவுமே சரியில்ல. இந்த ஆர்ட்ஸ பாரேன். எல்லாமே ஒரு குழந்தைய abuse பண்ற மாதிரியே இருக்கு. Belt வச்சி அடிக்குற மாதிரி. திட்டுற மாதிரி. தனிமைய feel பண்ற மாதிரி. இதுல அவளோட வலிகள் மட்டும் தான் தெரியுது.”

மனம் வருந்த சொல்ல, மற்றவர்களுக்கும் அப்படித் தான் தோன்றியது.

ஆத்விக்: “எனக்கும் அப்டி தான் இருக்கு. ஆனா அப்பா, அம்மா ன்னு சொல்லி தானே அவள கூட்டிட்டு வந்திருப்பாங்க. இப்டியெல்லாம் பண்ணுவாங்களா டா?”

சந்தேகமாய் கேட்டான்.

அர்ஜுன்: “வாய்ப்பு இருக்கு டா. அவங்க வீட்ல என்னமோ சரியில்லன்னு எனக்கு தோணிட்டே இருந்தது. அவளும் என்கிட்ட எதையோ மறைக்கிறா. அவங்க அப்பா நேத்து நடந்துக்கிட்டது சுத்தமா சரியில்ல. அவளுக்கு அந்த வீடு சேப் இல்லன்னு ஹன்ட்ரட் பேசன்டேஜ் சொல்லலாம்.”

உறுதியாய் அவன் சொல்ல, நண்பர்கள் நால்வரும் மாறி மாறி முகத்தை பார்த்துக் கொண்டார்கள்.

சம்பத்: "அதுக்கு நாம என்னடா செய்ய முடியும்? நாம சின்ன பசங்க."

அர்ஜூனோ தீவிரமான யோசனையில் இருந்தான். அவன் முகத்தில் இருந்த தீவிரத்தை ஆராய்ந்த கங்கா,

கங்கா: "என்ன யோசிக்குற அர்ஜுன்? என்ன பண்ண போற?"

சரியாய் கணித்து கேட்க, பெருமூச்சு விட்டான் அர்ஜுன்.

ஆத்விக்: "எதுவும் எடக்கு மொடக்கா யோசிக்காத டா. ரொம்ப ரிஸ்க் எடுக்காத. இது அவங்க family matter."

அறிவுரையாய் சொன்னான்.

அருந்ததி: "என்ன டா family matter? ஒரு சின்ன பொண்ண அடிச்சு துன்புறுத்துறாங்க. சும்மா விட முடியுமா? ஏதாவது பண்ணலாம் அர்ஜுன்."

அவளும் உறுதியாய் நிற்க மற்றவர்கள் எதுவும் பேசவில்லை.

அர்ஜுன்: "ஏதாச்சும் பண்ணி தான் ஆகனும். இதுக்கு மேல க்ரிஷிகாவ அங்க விட்டு வைக்குறது சரியில்ல."

ஒரு முடிவெடுத்தவனாய் சொன்னான்.

❀ ❀ ❀

அலங்கரிக்கப்பட்ட அந்த ஹோட்டல் வைஷாலியின் மனதை கொஞ்சம் அமைதிப்படுத்தியது.

தொடர்ச்சியாய் ஏற்பட்ட அதிர்ச்சிகளிலிருந்து கொஞ்சம் விடுபட்டதாய் உணர்ந்தாள்.

நிலா: “அக்கா இரு வந்துர்ரேன்.”

வைஷாலியை தனியே விட்டு சென்றவள் அங்கிருந்த வேலையில் ஐக்கியமாகி விட்டாள். சுற்றி முற்றி பார்த்த வைஷாலியின் இதழ்கள் புன்னகையில் விரிந்தது.

வைஷாலி: “beautiful decoration… it’s really amazing.”

அவளை அறியாமல் இதழ்கள் முணுமுணுக்க அந்த பார்டியில் இருந்தவர்கள் எல்லாம் பெரிய பணக்காரர்களாக தெரிந்தார்கள்.

வைட்டர்: “மேடம் ஜூஸ்.”

ஒருவன் பணிவாய் அவளின் முன்னால் நின்றான்.

வைஷாலி: “oh thank you.”

அவனைப் பார்த்து சிறு புன்னகையுடன் வாங்கிக் கொண்டவள் அந்த குவளையை அருகில் எடுத்து மணந்து பார்த்தாள். நிறைய படங்கள் பார்த்திருந்தவள் கொஞ்சம் alert ஆக தான் இருந்தாள்.

வைஷாலி (mind voice): “No alcohol. Fresh juice தான்.”

உறுதிப்படுத்திக் கொண்டவளுக்கு அப்போது தான் நிம்மதியாக இருந்தது.

கையில் Glass ஐ வைத்துக் கொண்டு வேடிக்கை பார்க்க தொடங்க திடீரென்று ஒரு கரம் அவள் இடையில்

அழுத்தமாய் பதிந்தது. தொட்டதும் அது ஆணின் கரம் தான் என்று புரிந்து கொண்டவள் அதிர்ந்து விழிக்க, உடலில் உள்ள செல்கள் கொடுத்த அதிர்வில் அவள் கையிலிருந்த Glass தரையில் விழுந்து நொருங்கி சிதறியது.

தொடரும்...

10

மாலை பார்ட்டி

அத்தனை நேரம் அழகாய் இருந்த வைஷாலியின் உலகம் திடீரென்று இருள் சூழ்ந்து போனது.

வைஷாலி: "முருகா...!!"

கரம் பட்ட அடுத்த நொடி கம்பளிப்பூச்சி ஊறுவது போல அவளுக்கு இருக்க, சுற்றம் மறந்து சட்டென கத்தியவளது கையில் இருந்து நழுவி விழுந்த Glass இன் ஓசை அங்கிருந்த அத்தனை பேரின் கவனத்தையும் காந்தம் போல ஈர்த்தது.

Someone: "Is everything okay mam?"

ஒருவர் வந்து கேட்கவும் தான் சுயநினைவுக்கு வந்தவள், சட்டென தன் பின்னால் திரும்பி பார்க்க, அங்கோ யாருமே இல்லை.

வைஷாலி: "No... No... I am sorry. I was just.. oh god...!"

பதற்றத்தில் வார்த்தைகள் வராமல் திணறியவள் மன்னிப்பை மட்டும் கேட்டுவிட்டு அங்கிருந்து நகர்ந்து

செல்ல, இது எதுவுமே தெரியாமல் நிலா வேறு ஒரு பக்கத்தில் நின்று அந்த மர்ம நபருடன் அழைப்பில் பேசிக் கொண்டிருந்தாள்.

மர்ம நபர்: "I think… நா அவங்கள நெருங்கிட்டேன்…!"

அவன் சொல்ல, அந்த நொடி நிலாவின் விழிகளில் தெரிந்த excitement க்கு அளவே இல்லை.

நிலா: "Are you sure? Are you sure? Yes we did it"

துள்ளி குதிக்காத குறையாக சொன்னாள்.

மர்ம நபர்: "ரொம்ப சந்தோஷப்படாத. இது Just என்னோட யூகம் தான். I am not sure about it! கொஞ்சம் நிதானமா இரு. ஆமா, வைஷாலி எங்க? உன் பக்கத்துல தானே இருக்கா?"

அவன் கேட்கவும் தான் தலையை சற்று உயர்த்தி அவள் விட்டு வந்த இடத்தில் வைஷாலியை தேட, அவளோ அங்கு இல்லை.

நிலா: "ஹே wait… அக்காவா அங்க காணோம்!"

பதற்றமாய் அவள் சொல்ல மறுமுனை குரலிலும் பதற்றம் ஏறியது.

மர்ம நபர்: "What? Are you mad or what நிலா! ஏன் எப்ப பாத்தாலும் இவ்ளோ careless ஆ இருக்க நீ… போ…. போயிட்டு மொதல்ல அவள தேடு. Shit"

கத்தியவன் மறுபடியும் அழைப்பை துண்டித்து விட, தலையில் அடித்துக் கொண்ட நிலா தான் விட்டு வந்த இடத்தை நோக்கி நகர்ந்தாள்.

❀ ❀ ❀

At Arun's house...

அருண்: "போதும்... நீ எவ்ளோ மினிக்கிட்டு வந்தாலும் உன்னை எல்லாம் எவனும் பாக்க போறது இல்ல! Just get ready and come. உனக்கு இன்னும் பத்து நிமிஷம் தான் time"

அவன் அப்படி சொன்ன அடுத்த கணம் சுர்ரென்று கோபம் ஏறியது திவ்யாவுக்கு.

திவ்யா: "அருண் உனக்கு இது தான் last warning! இன்னொரு தடவ என்கிட்ட இந்த மாதிரி எல்லாம் பேசாத! How dare you talk to me like that? நா ஒன்னும் உன்னோட அடிமை கிடையாது. உன் இஷ்டத்துக்கு வர்ற, திட்டுற, போற.... உன் மனசுல என்ன தான் நினைச்சுட்டு இருக்க?"

பற்களை கடித்து கோபத்தில் அவள் எகிற, அப்பொழுது தான் பாடசாலையில் இருந்து வீட்டுக்கு வந்து கொண்டிருந்த அர்ஜுனின் காதில் இதெல்லாம் தெளிவாக கேட்டது.

இவர்கள் சண்டை போட்டுக் கொண்டிருக்கிறார்கள் என்பதையும் தாண்டி, அந்த நேரத்தில் க்ரிஷிகாவின்

மன நிலையும், முக பாவனையும் தான் அவனின் கண் முன்னே ஒரு நொடி வந்து போனது.

அர்ஜுன்: “poor girl… பேசாம நீ இவங்கள அம்மா அப்பா ன்னு ஏத்துக்கிட்டு வராம இருந்திருக்கலாம்… நீ எதுக்கும் கவலை படாத க்ரிஷிகா. I am here for you. நான் ஏதாச்சும் பண்றேன்”

அந்த வீட்டின் கதவில் கையை வைத்து மானசீகமாய் தன் மனம் கொண்டவளுடன் அவன் பேச, உள்ளே இருந்து அழுது வடித்துக் கொண்டிருந்த க்ரிஷிகாவின் மனதினுள் ஏதோ ஒரு இனம் புரியாத அமைதி பரவியது என்னவோ உண்மை தான்! ஆனால் அந்த அமைதியின் ஆரம்ப உற்று அர்ஜுன் என அவள் அறிந்திருக்க வாய்ப்பில்லை.

❀ ❀ ❀

At the party hall - evening

வைஷாலி: “முருகா… முருகா… முருகா…!!!”

ஒரு நொடி கூட விடாமல் தொடர்ந்து கடவுள் நாமம் மொழிந்து கொண்டிருந்தவளுக்கு, யாரின் விழிகளிலும் சிக்காமல் நேரடியாக வீட்டுக்கு சென்று சேர்ந்தால் போதும் என்றிருந்தது.

அப்போது அவளின் கழுத்து ஓரம் கரத்தை வளைத்துப் போட்டுக் கொண்டு ஒரு பெரிய கரு உருவம் வந்து அமர, தூக்கி வாரி போட்டது வைஷாலிக்கு.

வைஷாலி: "ஐயோ கடவுளே...!!"

பதறிக் கொண்டு எழப் போனவளை மீண்டும் இடையோடு கரம் கோர்த்து வளைத்து தன் அருகே அமர வைத்துக் கொண்டது அந்த உருவம்.

வைஷாலி: "நீ.... நீங்... என்ன... என்... விடு... ங்க...!! ஆ... ஆ..."

இமை இரண்டும் படபடக்க, வார்த்தைகள் தந்தி அடிக்க, உடல் முழுவதும் சடுதியாய் ஒரு குளிரெடுத்து நடுங்க ஆரம்பித்தது வைஷாலிக்கு.

ஆதித்யா: "ஆ... ஆ... இல்ல செல்லம்... call me ஆதித்யா...! Such a sweet name ல? Do you like it! Maybe future ல உன் பேருக்கு பின்னால இந்த Name தான் வரும். இப்பவே practice பண்ணிக்க!"

சொல்லிக் கொண்டே அவனின் கரம் அத்து மீற ஆரம்பிக்க, உதட்டைப் பிதுக்கி கொண்டு குழந்தை போல அழவே ஆரம்பித்து விட்டாள் அவள்.

ஆதித்யா: "ஐயோ என்ன வைஷாலி இது? வளர்ந்த ஒரு lady மாறி behave பண்ணு. யாராச்சும் பாத்தா என்ன நினைப்பாங்க?"

அவளின் கண்ணீரை துடைத்து விட்டவன், இதைக் கூட மிரட்டும் தொணியில் தான் சொன்னான். அழுவதை யாராவது பார்த்தால் என்ன நினைப்பார்கள் என்று சிந்தித்த அவனுக்கு, தனியாய் இருக்கும் பெண்ணிடம் அத்து மீறும் அவனின் செயலைப் பார்த்தால் என்ன

நினைப்பார்கள் என்ற எண்ணம் தோன்றவில்லையோ என்னவோ!

வைஷாலி: “நீங்க... நீங்க நினைக்கிற மாதிரி பொண்ணு இல்ல ங்க நானு. என்ன விட்டுடுங்க. நான் போகணும், கைய விடுங்க!”

மெல்லிய குரலில் கெஞ்சுபவளைப் பார்க்க பார்க்க ஆசை ஏறியது அவனுக்கு. தினம் ஒரு பெண்ணை ருசிப்பவன் அவளை இப்போதே அடைந்திட ஆர்வம் கொண்டான்.

ஆதித்யா: “வைஷாலி... வைஷாலி... வைஷாலி... என்ன பத்தி உனக்கு சரியா தெரியல. எனக்கு ஒரு விஷயம் வேணும் ன்னு நா ஆசைப்பட்டுட்டா அது எனக்கு கண்டிப்பா வேணும். உனக்கு நா எந்த குறையும் வைக்க மாட்டேன். I can promise you that. But, இந்த மாதிரி என்னை avoid பண்ணி என்னோட அழகான mood அ Spoil பண்ணாத! உனக்கு என்ன எல்லாம் வேணுமோ அத்தனையும் நா பண்ணி தரேன்! அதுக்கு நீ பண்ண வேண்டியது எல்லாம் ஒன்னே ஒன்னு தான்”

குரலில் சுவாரசியம் கூட்டி அவன் சொல்லிக் கொண்டிருக்க, வைஷாலியோ அவன் கையில் இருந்து எப்படி நழுவி போகலாம் என்று தான் முயற்சி செய்து கொண்டிருந்தாள்.

ஆதித்யா: “ம்ச்.... நா இங்க என்ன சொல்லிட்டு இருக்கேன்! நீ என்ன பண்ணிட்டு இருக்க வைஷாலி? எங்க சொல்லு பாப்போம்!! நீ பண்ண வேண்டிய அந்த ஒன்னே ஒன்னு என்ன ன்னு!!”

அவளின் நாடியை வலுக்கட்டாயமாக பிடித்து தன் பக்கம் திருப்பியவன் சிரித்த முகமாக கேட்க, உண்மையில் ராட்சசனின் பிடியில் மாட்டிக்கொண்ட, சிறு புழுவாய் துடித்தாள் பெண்ணவள்.

வைஷாலி: “எனக்கு எதுவும் வேணாம். என்ன விட்டுடுங்க Sir…!”

சொன்னதையே அவள் திருப்பி திருப்பி சொல்லிக் கொண்டிருக்க ஆதித்யாவின் பொறுமை தான் கொஞ்சம் கொஞ்சமாக காற்றில் கரைந்து கொண்டிருந்தது.

ஆதித்யா: “ஏய்… ஒனக்கு ஒரு தடவை ஒழுங்கா சொன்னா புரியாதா டி…! நானும் கிளிப் பிள்ளைக்கு சொல்ற மாதிரி மெதுவா மெதுவா சொல்லி தந்துட்டு இருக்கேன். அடம் பிடிக்கிற நீ! எல்லா நேரமும் இந்த மாதிரி public place ல என்கிட்ட நீ சிக்க மாட்ட. ஞாபகம் வச்சுக்க. ஒழுங்கா எனக்கு corporate பண்ற வழிய பாரு!”

எத்தனை தைரியம் இருந்தால் அத்தனை மக்கள் நடமாடிக் கொண்டிருக்கும் இடத்தில் சாதாரணமாக ஒரு பெண்ணை பிடித்து வைத்து மிரட்டுவான் அவன். வைஷாலி நினைத்தால் இந்த இடத்திலேயே கூச்சல் போட்டு அவனை செருப்பால் அடித்து அத்தனை பேரின் முன் அவமானப்படுத்த முடியும். மொத்த மக்களின் முன்பு அவனின் முகத்திரையை கிழிக்க முடியும். ஆனாலும் செய்யாமல் அமர்ந்திருக்கிறாளே! அதை வைத்து அவள் எந்த அளவுக்கு பயந்த சுபாவம்

உடையவள் என்று நொடியில் கணித்து விட்டான் ஆதித்யா.

வைஷாலி: "நிலா… நிலா… நிலா…!!"

அவள் தங்கையை அழைக்கும் அந்த குரல் அவளுக்கே கேட்டதா என்றால், அதுவே சந்தேகத்துக்குரிய கேள்வி தான். அத்தனை மெதுவாக அல்லவா வாய்க்குள் முணங்கி கொண்டிருந்தாள்.

ஆதித்யா: "ம்… interesting… தெய்வத்திருமகன் விக்ரம் மாதிரி நிலா நிலா ன்னு சொன்னா, Movie ல வேணும்னா அனுஷ்கா வருவா. நிஜத்துல யாரும் வர மாட்டாங்க வைஷாலி! நீ எப்பவோ உனக்கே தெரியாம என்னோட property யா மாறிட்ட. இனிமேலும் அடம் புடிச்சிட்டு இருந்தா சேதாரம் உனக்கு தான்…!"

கிட்டத்தட்ட அவன் மிரட்டிக் கொண்டிருக்கும் பொழுதே பின்னால் இருந்து ஒரு குரல் கேட்டது.

குரல்: "ஆதித்யா… wow… what a surprise!"

அவனைக் கூட்டத்தில் கண்டுகொண்ட யாரோ ஒருவர் அவனுடன் பேசுவதற்காக ஆதித்யாவை நெருங்கி வர, அந்த நேரத்தில் வைஷாலியை அழுது வடித்த முகத்தோடு தன் அருகே வைத்துக் கொள்ள அவன் விரும்பவில்லை.

ஆதித்யா: "catch you later baby!"

அவள் காதோரம் முணுமுணுத்தவன் அங்கிருந்து எழுந்து செல்ல, விட்டால் போதும் என்று அங்கிருந்து

எழுந்து ஓடியவளின் விதி அவளை விடுவதாய் இல்லை போலும். தலை தெரிக்க ஓடியவள் எதிரே வந்து கொண்டிருந்த ஒருவரின் மீது மோதி தொப்பென நிலத்தில் விழுந்தாள்.

வைஷாலி: “sorry sorry…!”

அவசரமாய் எழுந்து மன்னிப்பு கேட்டவள் அடுத்து அங்கு நடந்த சம்பவத்தில் விழிகள் வெளியே தெறித்து விடும் அளவுக்கு கண்ணை விரித்து அதிர்ச்சியில் நின்றாள்.

❀ ❀ ❀

11

க்ரிஷிகாவின் ஏமாற்றம்

"அம்மா அம்மா...."

விழி முழுதும் வழியும் கண்ணீரோடு ஓடி வந்து வைஷாலியை அனைத்துக் கொண்டது ஒரு பெண் குழந்தை.

வைஷாலி: "க்ரிஷி...!!"

அவள் அன்று தேடி சென்று சிக்கித் தவித்தது இந்த குழந்தைக்காக தானே! அந்த குழந்தையை நேரில் கண்டதும் இல்லாத உற்சாகம் பொங்கி வழிந்தது என்றால், அடுத்த நொடியே அது வடிந்தும் போனது.

அருண்: "ஹேய்... strangers கிட்ட பேச கூடாது ன்னு சொல்லி இருக்கேன் ல உன் கிட்ட க்ரிஷிகா! வா போலாம்!"

வலிய கரம் ஒன்று வந்து வைஷாலியிடம் இருந்து க்ரிஷிகாவை வலுக்கட்டாயமாக பிரித்து எடுத்தது.

வைஷாலி: "Sir... Sir... என்ன பண்றிங்க! குழந்தைய விடுங்க Sir....!"

நாட்கள் சென்று கிடைத்த பொக்கிஷமாய் குழந்தையை எடுத்து தன்னோடு அணைத்துக் கொண்டாள் வைஷாலி.

திவ்யா: “மேடம் நீங்க என்ன பேசிட்டு இருக்கீங்க? அது எங்க குழந்தை. விடுங்க அவளை!”

க்ரிஷிகாவை தங்களின் பக்கம் இழுக்க முயல, அவளோ வைஷாலியை தான் இறுக்கமாக கட்டிக் கொண்டு நின்றாள்.

வைஷாலி: “யாரோ ஒருத்தர குழந்தை கட்டிப்பிடிச்சிட்டு நிக்குமா? கொஞ்சம் think பண்ணிட்டு பேசுங்க!”

அவள் சொல்லவும் தான், க்ரிஷிகா வைஷாலியோடு ஒன்றி இருப்பதை இருவருமே அவதானித்தனர்.

திவ்யா: “ஓஹ் நீங்க தமிழா…!! Sorry. நீங்க யாரு ன்னு தெரிஞ்சுக்கலாமா?”

இப்பொழுது அவளின் பேச்சில் ஒரு மரியாதை தெரிந்தது.

வைஷாலி: “நா அந்த ஆசிரமத்துல தான்…”

அருண்: “excuse me…!! If you don’t mind, நாம எங்கயாச்சும் ஒக்காந்து பேசலாமா?”

உலக மகா நல்லவன் போல பேச்சின் குறுக்கில் வந்தான். வைஷாலிக்கும் க்ரிஷிகாவை அப்படியே விட்டு செல்ல மனம் இல்லை தான். ஆனாலும் அவளின் கண்கள் ஒருவித கலவரம் தாங்கி அங்கும் இங்கும் சுழன்றன.

அதோ அங்கு தான் நின்றான் அந்த கயவன். ஆதித்யா எனும் ஆறடி அயோக்கியன் அவளை தான் தேடி வந்து கொண்டிருந்தான்.

வைஷாலி: “No Sorry Sir… நான் கொஞ்சம் அவசரமா வெளிய போகணும். நாம இன்னொரு நாள் பேசலாமா?”

அவளுக்கு தான் குழந்தை படும் கஷ்டம் எல்லாம் தெரியாதே! இந்த நொடி ஆதித்யாவிடம் இருந்து தப்ப வேண்டும் என்பது மட்டும் தான் அவளின் உள்ளத்தில் இருந்த ஒரு எண்ணம்.

அருண்: “Yeah Sure…! நீங்க கண்டிப்பா எங்க வீட்டுக்கு வரணும்!”

அந்த அதீத நல்லவன் அவ்வாறு சொன்னதை நம்பவே முடியாமல் விழிகளை விரித்து பார்த்துக் கொண்டிருந்தாள் க்ரிஷிகா. அத்தோடு நிறுத்திக் கொள்ளாமல் தன்னுடைய visiting card ஐயும் வைஷாலி பக்கம் அவன் நீட்ட, வைஷாலிக்கு இப்போது அவன் மீது துளியும் சந்தேகம் வரவில்லை.

வைஷாலி: “கண்டிப்பா நாம இன்னொரு நாள் Meet பண்ணலாம்… nice to meet you both of you!”

வராத புன்னகையை வரவழைத்துக் கொண்டு கையை குலுக்கியவள், அங்கிருந்து சட்டென திரும்பி ஓட, காக்க வந்த தேவதை நடுவிலே கைவிட்டு போகிறாளே என்னும் ரீதியில் போகும் வைஷாலியையே ஏக்கமாக பார்த்தபடி நின்றாள் க்ரிஷிகா.

நிலா (mind voice): “ச்சே...! இந்த அக்கா எங்க போனாங்க! இதே வேலையா போச்சு இவங்களுக்கு...!”

அவளை தேடி தேடி அலுத்து போய்விட்டாள் நிலா.

நிலா (mind voice): “போச்சு போச்சு... இவங்கள துபாய்க்கு வர வச்சதுல இருந்து நா வயித்துல நெருப்ப கட்டிட்டு சுத்துறேன். பேசாம இந்தியாலயே இருக்க சொல்லிட்டு வேலை முடிஞ்சதுக்கு அப்றம் கூப்பிட்டு இருக்கலாம்! ஐயோ கடவுளே! Call கூட attend பண்ண மாட்டேங்குறாங்களே! இப்ப நான் என்ன பண்ணட்டும்!”

தலையில் அடித்துக் கொண்டவள் மீண்டும் மீண்டும் அழைப்பை ஏற்படுத்த முயற்சி செய்து கொண்டிருக்க, வைஷாலியோ மறுபுறத்தில் அங்கிருந்து ஓடுவதிலேயே குறியாக இருந்தாள். கையில் பணம் இருப்பதை கூட மறந்து விட்டாள். ஓரளவு தூரம் ஓடிவந்து களைத்தவள் காலை பிடித்துக் கொண்டு ஒரு இடத்தில் நின்று பார்க்க, அப்போதும் ஆதித்யாவின் பயம் அவளை விட்டு நீங்கிய பாடில்லை.

வைஷாலி: “ச்சே...! எனக்கு மட்டும் தான் இப்டி எல்லாம் நடக்கணுமா! கடவுளே! இப்போ நான் என்ன பண்றது? நிலா கிட்ட கூட சொல்லாம ஓடி வந்துட்டேன். First வீட்டுக்கு போகலாம்”

பயத்தில் கண்கள் எல்லாம் இருட்டிக் கொண்டு வந்தன அவளுக்கு. அதற்கு மேல் நடு வீதியில் நிற்க தெம்பில்லை. வழியில் ஒரு டாக்ஸியை பிடித்தவள் தன்னுடைய

விலாசத்தை கூறிவிட்டு உள்ளே ஏரி அமர்ந்தாள். அப்போதும் அவளின் இதயம் சீராக துடிக்கவில்லை. தேகத்தில் ஒரு நடுக்கம் தொடர்ச்சியாய் அவளை வாட்டி வதைக்க, டாக்ஸிக்குள் இருந்தாலும் முன்னும் பின்னும் திரும்பி திரும்பி பார்த்துக் கொண்டே வந்தாள்.

வைஷாலி: “it’s okay stop here…!”

அவளின் வீடு இருக்கும் இடத்தின் வளைவில் டாக்ஸியை திருப்பும் நேரத்தில் கூட அவளுக்கு பொறுமை இல்லை. அவசரமாக கீழே இறங்கிக் கொண்டவள் பணத்தைக் கொடுத்து விட்டு மீதி பணத்தை கூட வாங்காமல் அங்கிருந்து ஓட்டமும் நடையுமாய் வீட்டுக்கு வந்து சேர்ந்தாள்.

பட்ட காலிலே படும் கெட்ட குடியே கெடும் என்பதைப் போல அவளுக்கென்று வந்து சேர்ந்தது அந்த குறுஞ்செய்தி.

குறுஞ்செய்தி: “This is your last peaceful day”

அதைப் பார்த்ததும் அவ்வளவு தான். இருந்த கொஞ்ச நஞ்ச தைரியமும் வைஷாலியை விட்டு விலகிப் போக, நிற்கதியற்ற நிலையில் தனியாய் நின்று கொண்டிருந்தாள் பேதை அவள்.

❀ ❀ ❀

அருண்: “யார் அந்த பொம்பள?”

க்ரிஷிகாவைப் பிடித்து உலுக்கினான். விட்டு போயிருந்த வேதாளம் மீண்டும் முருங்கை மரம் ஏறியது.

திவ்யா: “அருண் நாம இப்ப வெளியே இருக்கோம். இங்கயும் வந்து உன்னோட கேவலமான behaviour அ காட்டிட்டு இருக்காத. எதுவா இருந்தாலும் வீட்டுக்கு போயிட்டு பேசிக்கலாம்!”

கராராய் அவள் சொல்ல, சாதாரண நாளாக இருந்தால் நிச்சயம் அவளின் பேச்சை அவன் உதாசீனப்படுத்தி இருப்பான். ஆனால் இந்த நொடி அவர்கள் இருந்த இடமும் சூழ்நிலையும் அவளின் பேச்சைக் கேட்க வைத்தது.

க்ரிஷிகா (mind voice): “ஏன் வைஷாலி ம்மா, என்ன பாத்தும் பாக்காத மாதிரி போயிட்டீங்க! நா சந்தோஷமா இருக்கேனா ன்னு என்கிட்ட ஒரு வார்த்தை கேட்டு இருக்கலாமே! உங்க கூடவே வந்திருப்பேனே! என் முகத்தை பாத்து கூட உங்களால கண்டுபிடிக்க முடியாம போய்டுச்சா? அந்த அளவுக்கா என்ன மறந்து போயிட்டீங்க?”

அந்த பிஞ்சு மனதை அகோர ரணம் வாட்டி வதைத்தது.

அருண்: “வா... சீக்கிரமா அவங்க கிட்ட சொல்லிட்டு சாப்பிட்டு கிளம்பலாம். என்னால இதுக்கு மேல இங்கு இருக்க முடியாது. ஒரு மாதிரி irritate ஆகுது!”

ஏனென்று தெரியாத ஒரு எரிச்சல் அவனுக்குள் பரவ, அதை தன்னோடு வந்தவர்களுக்கு ஊடு கடத்த முயன்றான்.

திவ்யா: “ஏய்... இங்க பாரு அருண். நீ வா ன்னு சொன்னா வர்றதுக்கும், போ ன்னு சொன்னா போறதுக்கும் நான்

ஒன்னும் உன் வீட்டு வேலைக்காரி இல்ல. அப்டி ஒரு இடத்துக்கு வந்துட்டு சட்டுன்னு எல்லாம் கிளம்ப முடியாது. உன்ன பத்தி யாரு என்ன நெனச்சாலும் எனக்கு கவலை இல்ல. ஆனா என்னையும் சேத்து ல கேவலமா நினைப்பாங்க! என்னால லாம் வர முடியாது, உனக்கு வேணும்னா நீ கிளம்பி போ!"

ஏனோ அவன் மற்ற பெண்களை நாடுவது குறித்து தெரிந்ததிலிருந்து அவன் மீது இருந்த காதல் எல்லாம் பறந்து போய்விட்டது. தன் இடத்தில் வேறு ஒரு பெண்ணை கணவன் நினைத்தாலே பெண்கள் பொங்கி எழுந்துவிடுவார்கள். இதில் இவன் படுக்கையை அல்லவா பகிர்ந்து கொள்கிறான்! இப்படி ஒரு வாழ்க்கை மட்டும் போடாமல், ஒரு குழந்தையை வேறு பராமரிப்பதில் இரு மடங்கு எரிச்சலாய் இருந்தது திவ்யாவுக்கு.

அருண்: "Fine... என்னவோ பண்ணி தொல...! ச்சே"

மேசையில் சற்று கோபமாய் கரத்தை ஊன்றி எழுந்தவன், இருவரையும் திரும்பிக் கூட பார்க்காமல் அங்கிருந்து வெளியேறினான்.

போகும் அவனை எரிச்சலாகப் பார்த்துக் கொண்டிருந்த திவ்யாவின் பார்வை இப்பொழுது க்ரிஷிகாவின் மீது படிந்தது.

திவ்யா: "நீ மட்டும் இந்த எடத்துல இல்லாம இருந்திருந்தா நானும் என் பாட்டுக்கு எங்கயாச்சும் போய் தொலைஞ்சி இருப்பேன். என்னால உன்ன சத்தியமா வளக்க முடியாது...!"

மற்றவர்கள் குறித்து கவலைப்படாத ஜீவன் எல்லாம் இல்லை இவள். ஆனாலும் அருண் கொடுத்த மன உளைச்சல் அவளை இவ்வாறு பேச வைத்தது.

க்ரிஷிகா: "எனக்கு தெரியும் நான் உங்களுக்கு ரொம்ப பெரிய burden ன்னு. என்னை விட்டுடுங்க. நா இப்டியே எங்கேயாச்சும் போயிட்றேன். என்னால உங்க ரெண்டு பேருக்கும் நடுவுல எந்த பிரச்சனையும் வேணாம். முடிஞ்சா என்னை என்னோட ஆசிரமத்துலயே திருப்பி கொண்டு போய் விட்டுட்றீங்களா?"

எந்த அளவுக்கு மனம் உடைந்து போயிருந்தால் அந்த குழந்தை இப்படிப்பட்ட வார்த்தைகளை உபயோகிக்கும்! ஒரு கண நேரத்தில் இதயத்தில் சுள் என்ற வலி திவ்யாவுக்குள். படபடவென குழந்தையைப் பார்த்து திட்டிக் கொண்டிருந்தவள் அதன் பின் ஒரு வார்த்தை பேசவில்லை.

மெல்ல எழுந்து கொண்டவள் க்ரிஷிகாவின் கரம் பற்றினாள். எழுந்து சென்று சாப்பாட்டை முடித்துக் கொண்டு மௌனமாய் கிளம்பி வீட்டுக்கு சென்றாள். அன்றைய நாள் வீட்டில் நடக்கப் போகும் கொடூரம் குறித்து தெரிந்திருந்தால் நிச்சயம் க்ரிஷிகாவை திவ்யா அங்கு அழைத்து சென்று இருக்க மாட்டாள். ஆனால் இந்த விதி யாரைத்தான் விட்டது!

நடக்கப் போகும் ஆடுபுலி ஆட்டத்தில் மாந்தர்கள் யாவரும் கைப்பாவை ஆகிப்போக, எந்த ஒரு பாவமும் செய்யாத அப்பாவிகள் தான் இறுதியில் பலியாகிப் போகிறார்கள்.

தொடரும்...

12

கனவா நனவா?

வேகமாக அடுக்கலைக்குள் நுழைந்த வைஷாலி முதல் வேலையாக தண்ணீர் எடுத்து மடமடவென அருந்தினாள்.

ஆதித்யாவின் தொல்லை, நிலா குறித்த விடை தெரியாத கேள்விகள், க்ரிஷிகாவின் எதிர்பாராத சந்திப்பு... இது அனைத்திற்கும் மேலாக அவ்வப்போது அவளின் அலைபேசியை வந்து முற்றுகையிடும் அந்த வினோத குறுஞ்செய்திகள். எல்லாம் சேர்ந்து வைஷாலியின் மூளையை மழுங்கடிக்க, தலை சுற்றலோடு சேர்ந்து வயிற்றைப் பிரட்டிக் கொண்டு வந்தது அவளுக்கு.

வைஷாலி: “துபாய் வந்த நாள் ல இருந்து எதுவுமே சரியில்ல. அந்த மெசேஜ் ல சொல்ற மாதிரி நா நிஜமாவே இங்க இருக்கக் கூடாது. இந்தியால ரொம்பவுமே நிம்மதியா இருந்தேன். இந்த மோசமான வாழ்க்கை இனிமே எனக்கு வேணாம். நிலா வந்ததும் மொத வேலையா இத அவகிட்ட சொல்லிட்டு இந்தியா கிளம்பி போயிடனும். இங்க வேலையும் வேணாம் எதுவும் வேணாம். அங்க சின்ன வேலையா

இருந்தாலும் நா ரொம்பவும் சந்தோஷமா இருந்தேன். முருகா! எனக்கு நல்ல வழிய காட்டு"

மானசிகமாக கடவுளிடம் ஒரு வேண்டுதலை போட்டவள், உடையை கூட மாற்றாமல் அப்படியே சென்று கட்டிலில் சரிந்தாள். இந்த உலகத்தை விட்டு அவளின் ஆன்மா வெளியேறுவதைப் போல, அப்படி ஒரு ஆழ்ந்த உறக்கம் வைஷாலியை வந்து தழுவிக் கொண்டது. எதையும் ஆழமாய் சிந்திக்கும் நிலையில் நிச்சயம் அவள் இல்லை.

ஆனால் அடுத்த நாள் காலை நிலா ஆடப்போகும் ஆட்டம் குறித்து தெரிந்து இருந்தால், ஒருவேளை வைஷாலி இந்த உறக்கத்தை மறுத்திருப்பாளோ என்னவோ!

வைஷாலியின் இமைகள் ரெண்டும் அயர்வு எனும் பசைப்போட்டு ஒட்டியது போல இறுக்கமாய் மூடிக்கொள்ள, இங்கு அவளை தேடி பைத்தியம் போல அங்கும் இங்கும் அலைந்து கொண்டிருந்தாள் நிலா.

நிலா (mind voice): "எங்க போயிட்ட அக்கா நீ! Phone தான் ring ஆகுது ல! எடுத்து தொலைய வேண்டியது தானே! Shit"

தலையில் கை வைத்து அமர்ந்தவள் பற்பல சிந்தனைக்குள் சிக்கிக் கொள்ள, இதற்கு மேல் தேடுவது வீண் என்று உணர்ந்தவள் தோய்ந்த நடையாய் வீடு வந்து சேர்ந்தாள்.

❀ ❀ ❀

திவ்யா: “என்ன இதெல்லாம்! வந்ததும் வராததுமா குடிச்சிருக்கான் குடிகார பய!”

வாய்க்குள் முணுமுணுத்துக் கொண்டு உள்ளே சென்றவள் அறைக்குள் மட்டும் நுழையவில்லை. அருண் அதற்குள் தான் இருப்பான் என்று அவளுக்கு தான் தெரியுமே!

க்ரிஷிகா: “நா என் room க்கு போறேன்…!”

மெல்லிய குரலில் சொன்னவள் முன்னே செல்ல, திவ்யா என்ன நினைத்தாளோ! அவளும் க்ரிஷிகாவின் பின்னால் சென்று அவளின் அறைக்குள் நுழைந்தாள். க்ரிஷிகா எந்த மறுப்பு தெரிவிக்கவில்லை. தெரிவிக்கும் உரிமையும் அவளுக்கு வழங்கப்படவில்லை.

திவ்யா: “நான் உன்கிட்ட கொஞ்சம் பேசணும் க்ரிஷிகா..!”

முதல் முறை அனுமதி கேட்கிறாள். அதுவே விசித்திரமாக தான் இருந்தது க்ரிஷிகாவுக்கு.

க்ரிஷிகா சென்று கட்டிலின் ஒரு மூலையில் அமர்ந்து கொள்ள, அதற்கு மறு மூலையில் அமர்ந்து கொண்டாள் திவ்யா.

திவ்யா: “I can understand your feelings. எங்கள மாதிரி ஒரு அம்மா அப்பா யாருக்குமே கிடைக்கக் கூடாது. எங்க சுயநலத்துக்காக நாங்க உன்ன ரொம்பவே கஷ்டப்படுத்திட்டோம். எனக்கு நல்லாவே புரியுது. ஆனா நீ இன்னொரு விஷயம் நல்லா புரிஞ்சுக்கணும்

க்ரிஷிகா. நீ சொல்ற மாதிரி உன்ன திருப்பியும் அந்த ஆசிரமத்துல கூட்டிட்டு போய்ட்டு விடணும்னா, நிறைய காசு நா Pay பண்ணனும். ஏன்னா நாங்களாவே ஆசைப்பட்டு ஏத்துக்கிட்ட responsibility நீ - நீ இருந்த ஆசிரமத்தோட rules இது...! அது மட்டும் இல்லாம..."

ஏதோ சொல்ல வந்தவள் சட்டென்று நிறுத்தினாள். இதை க்ரிஷிகாவிடம் சொல்லலாமா வேண்டாமா என்று சிந்திக்கிறாள் என க்ரிஷிகாவால் கூட யூகிக்க முடிந்தது.

திவ்யா: "you know what க்ரிஷிகா! நாளைக்கு sometimes இன்னைக்கு நாம Party ல பாத்த அந்த பொண்ணு நம்ம வீட்டுக்கு வரலாம். அப்டி வந்தா, தயவுசெஞ்சு எங்கள மாட்டி விட்றாத! இதுக்கு முன்னாடி எப்டி ன்னு தெரியல! ஆனா, இதுக்கப்புறம் கண்டிப்பா நாங்க உனக்கு ஒரு நல்ல அம்மா அப்பாவா இருக்க முயற்சி பண்றோம்! சரியா?"

கேட்டுக் கொண்டே க்ரிஷிகாவின் அருகில் நெருங்கி அமர்ந்து கொண்ட திவ்யா, க்ரிஷிகாவின் நெற்றியில் அழுத்தமாய் ஒரு முத்தம் பதிக்க, அவள் அனுபவித்ததில் இது ஒரு புது உணர்வாக இருந்தது.

க்ரிஷிகா: "நீங்க நிஜமா தான் சொல்றீங்களா?"

திவ்யாவை நம்ப முடியாத பார்வை பார்த்தபடி அவள் கேட்க, ஆம் எனும் விதமாய் தலையை மேலும் கீழும் சிறு புன்னகையோடு அசைத்தவள் க்ரிஷிகாவை ஆற தழுவிக் கொண்டாள்.

திவ்யா: “நாளைக்கு விடிய போற நாள் எல்லாருக்குமே நல்லா இருக்கணும் ன்னு அந்த கடவுள் கிட்ட Pray பண்ணிக்க செல்லம்!”

புன்னகை மாறாமல் கூறினாள்.

திவ்யா: “good night… sweet dreams…!”

என்றவள், அறையின் கதவை சாத்திவிட்டு வெளியேற, தான் காண்பது கனவா நனவா எனும் விதமாக தன்னைத் தானே கிள்ளி பார்த்துக் கொண்டாள் க்ரிஷிகா.

க்ரிஷிகா: “அவங்க சொன்னது உண்மையா இருக்கணும் God…!”

கடவுளிடம் பிரார்த்தனை செய்தவள் வெகு நாட்கள் கழித்து நிம்மதியாக இமைகள் மூட, தன்னுடைய அறைக் கதவை திறந்த திவ்யா, உடல் விரைத்து தான் கண்ட காட்சியின் வீரியம் தாங்க முடியாமல் அதிர்ந்து நின்றாள்.

❀ ❀ ❀

அடுத்த நாள் காலை…

நிலா: “வாங்க மகாராணி! நல்லா தூங்கி எழுந்தீங்களா? இல்லனா இன்னும் கொஞ்சம் தூங்கனுமா? மேடத்துக்கு tea coffee ஏதாச்சும் போட்டு தரட்டுமா? இல்ல நான் body massage பண்ணி விடட்டுமா? சொல்லுங்க சொல்லுங்க… என்ன வேணுமோ தயங்காம சொல்லுங்க!”

காலையிலேயே நிலாவின் பேச்சு வைஷாலியின் இதயத்தில் முள் தைத்தது போல இருந்தது.

வைஷாலி: “இப்போ ஏன் இந்த மாதிரி எல்லாம் பேசிட்டு இருக்க நிலா நீ?”

இப்படி தன்னை குத்திக்காட்டி பேசும் அளவுக்கு அப்படி என்ன தவறு நடந்துவிட்டது என்று இன்னும் கூட புரியவில்லை அவளுக்கு. உண்மையில் பெரும் பிரச்சனையில் இருப்பது அவள் தானே! நிலா எதற்காக கோபத்தில் இருக்கிறாள் என புரியாமல் நேரடியாக அவளிடமே கேட்டுவிட்டாள்.

நிலா: “இல்ல மேடம் எவ்வளவு பிஸியான ஆளு! நான் தானே கொஞ்சம் இறங்கி போகணும்?”

நிலாவின் வார்த்தைகளில் ஏகத்துக்கும் நக்கல் தாண்டவம் ஆடியது.

வைஷாலி: “எனக்கு புரியுது. But, ஏன் எதுக்கு ன்னு ஒரு வார்த்த கூட கேக்காம நீயாவே ஒரு conclusion க்கு போயிட்ட ல?”

தன்னுடைய தங்கை தானா தன்னை உதாசீனப்படுத்துவது என்பதை நம்ப கூட முடியவில்லை அவளால்.

நிலா: “உன்ன தேடி நா நேத்து அந்த area full லா பைத்தியக்காரி மாதிரி அலைஞ்சிட்டு இருந்தேன் தெரியுமா? எத்தன phone calls!! ஏதாச்சும் ஒன்னு attend பண்ணி பேசி இருக்கலாம் ல! At least நீயே Call

பண்ணி... call கூட வேணாம், after all ஒரு message? அது கூட பண்ண முடியாதா? இதுல என்னவோ உன் மேல தப்பே இல்லாத மாதிரியும், நான் தான் தேவையே இல்லாம கோவப்பட்டு இருக்குற மாதிரியும் நிதானமா Cool ஆ நின்னு என்கிட்ட கேள்வி கேக்குற ல நீ?"

அவளுக்கு ஆத்திரம் தாளவில்லை. நள்ளிரவில் வீட்டுக்கு வந்து பார்த்த போது, தன் அறையில் சுகமாக உறங்கிக் கொண்டிருந்த வைஷாலியைப் பார்க்க பார்க்க பற்றிக் கொண்டு எரிந்தது.

அவள் காணாமல் போனால், நிலா தவித்து தேடுவாள் என்று வைஷாலிக்கும் தெரியும். தெரிந்து தானே இவள் இவ்வாறு செய்திருக்கிறாள். இத்தனை நடந்த பின்னும் எப்படி இவ்வாறு நிம்மதியாக அவளால் தூங்க முடிகிறது? பற்பல கேள்விகள் அவளை வாட்ட, அன்றைய இரவு முழுவதும் உறக்கமே வரவில்லை நிலாவுக்கு.

வைஷாலி: "don't imagine things நிலா. நேத்து என்ன நடந்துச்சு ன்னு உனக்கு ஒரு மண்ணும் தெரியாது. என்கிட்ட என்ன நடந்துச்சு ன்னு கூட கேக்காம நீ பாட்டுக்கு கத்திட்டு இருக்க! This is not fair"

தங்கை வந்ததும் அவளிடம் அல்லவா நடந்த அத்தனை கொடுமைகளையும் சொல்ல வேண்டும் என்று காத்திருந்தாள். இந்த நிலையில் எப்படி மனநிலையை பகிர்ந்து கொள்ள முடியும் வைஷாலியால்?

நிலா: "ஐயோ போதும்! வீட்ல தனியா இருக்கியே, ஒரு மாதிரியா இருக்குமே! கொஞ்சம் வெளிய கூட்டிட்டு

போனா stress relief ஆ இருக்குமே ன்னு நினைச்சு உன்ன கூட்டிட்டு போனேன் பாத்தியா! எனக்கு இதுவும் வேணும் இதுக்கு மேலயும் வேணும்!"

எரிச்சலில் பற்களை கடித்தாள்.

வைஷாலி: "என்ன அங்க எல்லாம் கூட்டிட்டு போக சொல்லி நா உன்கிட்ட கேக்கவே இல்லையே? நீயா தான் என்ன கூட்டிட்டு போறேன்னு சொல்லி பெரிய வம்புல மாட்டி விட்டுட்ட!"

இப்பொழுதாவது என்ன நடந்தது என்று அவள் கேட்டிருக்கலாம்! ஆனால் நிலா அதை செய்யவில்லை.

நிலா: "ஏன்? உன்ன தனியா விட்டுட்டு போனதும், நீ எங்கயாச்சும் போய் நடுரோட்டுல விழுந்து கிடப்ப. எவனாவது தூக்கிட்டு போய் உன்ன ஹாஸ்பிடல் ல போட்டுட்டு போவான். அப்றம் என்ன ஆச்சு ஏது ஆச்சு ன்னு அக்கறையா கேட்டா, என்கிட்ட இருந்து எல்லாத்தையும் மறைச்சு போய் பொய்யா என்னென்னமோ சொல்லுவ!

ஒனக்கு ஆபத்து வந்தா நீ என்கிட்ட தானே முதல்ல சொல்லி இருக்கணும்? அத விட்டுட்டு யாரோ அந்த மேரி. அவகிட்ட எதுக்கு சொல்ற? அவளா உன்ன துபாய் ல வந்து காப்பாத்த போறா? எல்லாத்துக்கும் மேல இந்த பிரச்சனையும் உனக்கு இழுத்து விட்டது அந்த மேரி தான். இப்ப வரைக்கும் விஷயத்த என்கிட்ட சொல்லணும்னு உனக்கு தோணல. இதுக்குள்ள நீ என்ன தப்பு சொல்ற ல?"

ஆதங்கத்தில் வெடித்தவளை அதிர்ந்து போய் பார்த்துக் கொண்டிருந்தாள் வைஷாலி. இவளுக்கு எப்படி இது எல்லாம் தெரிந்தது என்கிற பதற்றம் ஒரு பக்கம் இருந்தாலும், ஒரு வகையில் தான் சொல்லாமல் மறைத்ததும் தவறு தானே என்றும் அவளின் ஆழ் மனம் கிடந்து பதற ஆரம்பித்தது.

ஆனால் அது எல்லாம் சில நொடிகளுக்கு தான். மறுகணமே அவள் நிலாவின் அறையில் பார்த்த அந்த புகைப்படமும், அவ்வப்போது அவள் வெளியில் செல்லும் போது பார்க்கும் நிகழ்வுகளும் வைஷாலியின் சிந்தனையை வந்து முற்றுகை இட, 'நீ செய்தது எந்த விதத்திலும் தவறு இல்லை' என்று அவள் மனம் அடித்துக் கூறியது.

❀ ❀ ❀

13

உண்மையும் துரோகமும்

கண் இமைக்கும் நொடிக்குள் அக்காவுக்கும் தங்கைக்கும் நடுவில் பெரும் நெருப்பு பற்றிக் கொள்ள, இருவரும் எதிரெதிரில் நின்று கொண்டிருந்தனர்.

வைஷாலி: "orphanage குழந்தைகளுக்கு நானும் தான் பொறுப்பு நிலா. அதுவும் அந்த குழந்தை துபாய் ல இருக்கு. அதனால verify பண்றியான்னு கேட்டு எனக்கு Call பண்ணி இருந்தாங்க. That's all. அப்டி ஒருத்தவங்க adopt பண்ணிட்டு போனதுக்கு அப்றம் அந்த விஷயத்த வேறு யார் கிட்டயும் சொல்லிட்டு இருக்க முடியாது. அது என் தங்கச்சியா இருந்தாலும் No way…! அதனால தான் உன்கிட்ட சொல்லாம நா தனியா போனேன். அப்புறம் எனக்கு அங்க நடந்த விஷயம்… அத பத்தி உன்கிட்ட சொல்ல வந்தா, அகைன் எதுக்கு அங்க போன ன்றதுல தான் வந்து உன்னோட question நிக்கும். அதனால தான் அது பத்தி உன் கூட நா discuss பண்ணல. புரியுதா idiot!"

அழுத்தம் திருத்தமாய் வந்தது அவள் பதில்.

நிலா: "நா பாத்தத வச்சு தான் என்னால assume பண்ண முடியும். Whatever it is, நேத்து Party ல இருந்து எதுக்கு சொல்லாம கொள்ளாம கிளம்பி போயிட்ட?"

இதை ஆரம்பத்திலே கேட்டு இருந்தால் இத்தனை தூரம் பேசி இருக்க வேண்டிய அவசியமே வந்திருக்காது. வைஷாலியின் முகத்தில் அந்த நொடி தோன்றிய உணர்வுக்கு பெயரிட முடியாது.

வைஷாலி: "துபாய் வந்ததுல இருந்து என்ன ஒருத்தன் தப்பா treat பண்ணிட்டு இருக்கான். போற இடம் எல்லாத்துக்கும் வரான். நேத்து அந்த Party க்கும் வந்திருந்தான்... அவனோட talk and behaviour எனக்கு சுத்தமா பிடிக்கல. அவன்கிட்ட இருந்து தப்பிச்சு ஓடி வந்தேன். தல சுத்திச்சு... கிட்டத்தட்ட மயங்கிட்டேன். நீ நினைக்கிற மாதிரி நிம்மதியா எல்லாம் நா தூங்கல!"

சொல்லிக் கொண்டிருக்கும் பொழுதே வைஷாலிக்கு மூச்சு வாங்க, விரு விருவென்று சென்று ஒரு glass தண்ணீரை எடுத்து மடமடவென குடித்தாள். அப்போதும் ஆத்திரம் தீரவில்லை.

நிலா: "அது... Sorry... நா வந்து...!"

வைஷாலி: "போதும் நிறுத்து நிலா!"

இத்தனை பேசிய பின்பு இனி என்ன தயக்கம் என்பது போல ஒரு பார்வை பார்த்து வைத்தாள் வைஷாலி.

வைஷாலி: "என் Side ல நீ வச்ச question எல்லாத்துக்குமே நா பதில் சொல்லிட்டேன். இப்ப நீ பதில் சொல்லு"

கேட்டுக் கொண்டே நிலாவின் அருகே வந்த வைஷாலி, அவள் கண்களை நேருக்கு நேர் கண்டாள்.

நிலா: “எ… எத பத்தி…?”

வைஷாலி: “ம்… நா எத பத்தி பேசுறேன் ன்னு உனக்கு புரியல ல! இத நான் நம்பனும்…!!! ம்…. சரி போகட்டும் விடு. நானே தெளிவா கேக்குறேன். உன்னோட cupboard ல ஒரு photo இருக்கு. Who is she? நா முன்ன பின்ன அவங்கள பாத்ததே இல்லையே? பின்னாடி கூட ஏதோ ‘Maybe’ ன்னு எழுதி இருந்துச்சு?”

இந்த கேள்வியை இத்தனை ஆழமாய் வைஷாலி கேட்பாள் என்று நிலா சற்றும் எதிர்பார்க்கவில்லை. எதிர்பார்த்து இருந்தாலாவது பதிலுக்கு தயாராகி இருப்பாள். இப்போது என்ன சொல்வது என்று தெரியாமல் திருத்திருவென அவள் விழித்துக் கொண்டு நிற்க, ஒரு நமட்டு புன்னகையுடன் அருகில் இருந்த Sofa வில் சாவகாசமாய் கால் மேல் கால் போட்டு அமர்ந்து கொண்டாள் வைஷாலி.

எத்தனை நேரம் ஆனாலும் பரவாயில்லை; பதில் தெரியாமல் இங்கிருந்து நான் எழப் போவதில்லை என்பது போல இருந்தது அவள் அமர்ந்திருந்த தோரணை.

நிலா: “அது… வந்து… அவங்க… ஹே, நீ என்னோட cupboard எதுக்காக open பண்ண?”

தான் இல்லாத நேரம் வைஷாலி தன்னுடைய அறைக்குள் வந்திருக்கிறாள் என்பதை அவளால் ஏற்றுக் கொள்ள முடியவில்லை.

வைஷாலி: “இப்போ நாம பேச வேண்டிய முக்கியமான விஷயம் நிறைய இருக்கு ன்னு நினைக்கிறேன் நிலா. கேட்ட கேள்விக்கு முதல்ல பதில் சொல்லு”

வைஷாலியின் பார்வை நிலாவைக் குத்தி கிழித்தது.

நிலா: "நீ சொல்லாத விஷயங்களுக்கு பின்னாடி சில காரணங்கள் இருந்த மாதிரி இதுக்கு பின்னாடியும் சில காரணங்கள் இருக்கு. நேரம் வரும் போது நானே உன் கிட்ட சொல்லுவேன் அக்கா. இப்போ எதுவும் கேக்காத!"

நிலாவிடம் இருந்து ஒரு பெருமூச்சு வெளியானது.

வைஷாலி: "of course நிலா.. நா wait பண்ணி இருப்பேன். நீ இன்னைக்கு என்ன இந்த மாதிரி நிக்க வச்சு கேள்வி கேக்காம இருந்திருந்தா, கண்டிப்பா நீ நினைக்கிற அக்காவா நான் இருந்திருப்பேன். அந்த Photo வ நா இன்னைக்கு நேத்து பாக்கல. துபாய் க்கு வந்து one week லயே பாத்துட்டேன். நா நினைச்சிருந்தா அன்னைக்கே உன்கிட்ட இது விஷயமா கேட்டிருக்கலாம். ஆனா கேக்கல. கேக்க தோணல. உன் மேல இருந்த நம்பிக்கை தான் அது.

ஆனா, இந்த கொஞ்ச நாளா நீ அது எல்லாத்தையுமே செதச்சிட்ட. முக்கியமா இந்த நொடி... இந்தியால என் கூட இருந்த என் தங்கச்சி நீ இல்ல. நீ மொத்தமா மாறிட்ட நிலா. நீ இங்க வந்து என்கிட்ட எந்த விஷயத்தையும் முழுசா சொல்லல ன்னு எனக்கு நல்லாவே தெரியும். நீ எனக்கு வேலை பாத்து வச்சதும் பொய் ன்னு தெரியும். Then, எதுக்கு என்ன இங்க வர வச்ச? இதுக்கு மேலயும் என்கிட்ட இருந்து எதையும் மறைக்க நினைக்காத. எல்லாத்துக்கும் எனக்கு இப்பவே பதில் வேணும்!"

வைஷாலியின் சொற்களில் அனல் பறந்தது. அக்காவிடம் இருந்து இப்படியான எதிர்வினையை எதிர்பார்க்காத நிலா திக்கு முக்காடி நின்றாள்.

❀ ❀ ❀

At Arun's house…

வீடே கலைந்து போய் கிடக்க, தலையில் கை வைத்து, முட்டியில் முகம் புதைத்து தனக்குள் அழுது கொண்டிருந்தாள் திவ்யா.

க்ரிஷிகா: "ம்மா… என்ன ஆச்சு…?"

ஆதுரமாய் அவள் வந்து திவ்யாவின் கரம் தொட, மெல்ல நிமிர்ந்து பார்த்தவளின் முகம் முழுவதும் கண்ணீர் கோடுகள்.

தலையை பின்னால் இருந்த சுவற்றில் சாய்த்து விழி மூடி அமர்ந்தாள். அத்தனை மணி நேரமும் அவளின் மூளைக்குள் ரீங்காரம் இட்டுக் கொண்டிருந்த அந்த ஒரு சம்பவம் இம்முறையும் அவள் மனக்கண் முன் ஓடியது.

நேற்று இரவு…

திவ்யா (mind voice): "மொதல்ல இந்த அருண் கிட்ட உக்காந்து பேசி ஒரு முடிவுக்கு வரணும். இப்டியே life long சண்ட போட்டுட்டு வாழ்க்கைய தொலைச்சிட்டு இருக்க முடியாது…!!"

தனக்குள் சொல்லிக் கொண்டவள் ஒரு திடகாத்திரமான முடிவோடு அவளின் அறைக் கதவைத் திறக்க, அங்கு

அவள் கண்ட காட்சி திவ்யாவின் மொத்த மூளை நரம்பையும் ஒரு நொடி செயலிழக்க செய்தது.

திவ்யா: “அருண்….!!!!”

கண்கள் இரண்டையும் இறுக்கமாக பொத்திக் கொண்டவளால் அந்த காட்சியைப் பார்க்கவே முடியவில்லை. அந்த நொடியில் எதிர்காலம் எனும் நம்பிக்கையெல்லாம் அடியோடு சிதைந்து போனது போல இருந்தது திவ்யாவுக்கு.

அருண் அங்கிருந்து வந்த பிறகு அறையை மூடிக் கொண்டு உறங்கி விட்டான் என்று நினைத்தவள், அதிக பட்சமாய் அவன் குடித்து மட்டும் தான் இருப்பான் என்று எண்ணியிருந்தாள். ஆனால், அதையும் தாண்டி ஒரு படி மேலே சென்று அவன் ஒரு பெண்ணோடு திவ்யாவின் படுக்கையை பகிர்ந்திருக்க, பெண்ணவள் மனதளவில் அந்த நொடி மாண்டு தான் போனாள்.

அவள் போட்ட சத்தத்தில் அங்கிருந்த இருவரின் மோன நிலையும் கலைந்து போக, முதலில் சுயநினைவுக்கு வந்தது அந்த பெண் தான்.

பெண்: “Hey அருண்… who is that lady?”

வேகமாக படுக்கை விரிப்பை இழுத்து தன்னை மறைத்துக் கொண்டாள். ஆனால் அருணோ, அப்படியே இருந்தான். அந்த அளவுக்கு போதையின் பிடியில் சிக்கி இருந்த அருணுக்கு தன் மனைவி வந்தது கூட தெரியவில்லை. அப்படியே வந்தாலும் அவனுக்கு

என்ன கவலை! தன் உணர்வுக் குவியல் அறுபட்ட கடுப்பில் திவ்யாவை திரும்பிப் பார்த்தான்.

திவ்யா: "ச்சீ... என்ன பண்ணிட்டு இருக்க அருண் நீ!"

நீர்வீழ்ச்சி போல கண்ணீர் வடிந்து கொண்டிருந்தது.

அருண்: "ம்ச்... அவ கெடக்குறா... நீ வா செல்லம்!"

திவ்யாவை ஒரு பொருட்டாகக் கூட மதிக்காதவன் அந்த பெண்ணை இழுத்து அணைத்துக் கொள்ள, உடைந்தே போனாள் திவ்யா.

திவ்யா: "இப்போ வீட்டுக்குள்ளேயே எனக்கு துரோகம் பண்ண ஆரம்பிச்சிட்டியா அருண்?"

அருண்: "ஏய் என்னடி துரோகம்? நீ நினைக்கிற மாதிரி மட்டும் இருக்குறதுக்கு நா ஒன்னும் உன் அடிமை இல்ல. புரியுதா? ஒனக்கும் வேணும் ன்னா, நீ எவன் கூடயாச்சும் போடி...!"

வேகமாக எழுந்து வந்தவன் நிர்வாணமாய் நின்றான். அவளின் கழுத்தைப் பிடித்து அறையை விட்டு வெளியே தள்ளியவன், உள்ளே கதவை இழுத்து சாத்தினான்.

அருண்: "பெரிய இவ... வந்துட்டா துரோகம் மண்ணாங்கட்டி ன்னு...!"

வாய்க்குள் அவன் சற்று சத்தமாகவே முணுமுணுக்க, வெளியே நின்ற திவ்யாவுக்கும் அது நன்றாகக் கேட்டது.

எத்தனை நேரம் அப்படியே நின்று அழுது கொண்டிருந்தாளோ அவளுக்கு தான் தெரியும்.

உள்ளே அவன் ஆடிய ஆட்டம் முடிந்து போக, அந்தப் பெண்ணை வழி அனுப்பி வைப்பதற்காக அறையை விட்டு வெளியே வந்தவன், திவ்யாவை அலட்சியமாய் ஒரு பார்வை பார்த்துவிட்டு மீண்டும் அறைக்குள் சென்று கதவடைத்துக் கொண்டான்.

திவ்யாவுக்கு ஆதங்கம் தாழவில்லை. ஆவேசமாக எழுந்தவள் அறைக் கதவை வேகமாக தட்டினாள். அருணோ அலட்டிக் கொள்ளாமல் வந்து கதவை திறந்து அசராமல் அவளைப் பார்த்துக் கொண்டிருந்தான்.

திவ்யா: “party ல பாத்த அந்த பொண்ணு அந்த ஆசிரமத்துல work பண்ண பொண்ணு. எனக்கு நல்லாவே தெரியும். கண்டிப்பா அவங்க verification க்காக வீட்டுக்கு வருவாங்க. நிச்சயமா நம்மள Jail ல போட்டுருவாங்க. இதுக்கு முழுக்க முழுக்க நீ தான் காரணம். உனக்கு விருப்பம் இல்ல ன்னா, க்ரிஷிகாவ தத்தெடுத்துட்டு வரும்போதே சொல்லி இருக்கலாம் ல? ச்சீ…!!”

முகத்தை அஷ்ட கோணலாய் அவள் வைத்துக்கொள்ள, அப்போதும் அவன் எதுவும் பேசவில்லை. போதை இன்னும் இறங்கவில்லை என நன்றாய் புரிந்தது திவ்யாவுக்கு. சற்று நேரம் அவளையே பார்த்துக் கொண்டிருந்தவன் டமார் என கதவை அடித்து சாத்தினான்.

❀ ❀ ❀

14

புதைந்திருந்த உறவுகள்

நேற்றைய இரவினது நிகழ்வு தந்த தாக்கத்தில் விழி மூடி சிந்தித்த திவ்யா இப்போது விழி திறக்க, அவள் கண் முன்னே அமர்ந்திருந்தாள் க்ரிஷிகா.

க்ரிஷிகா: “என்னாச்சு…?”

மீண்டும் கேட்க, திவ்யா பதில் பேசுவதற்கு முன்னால் அறைக் கதவை திறந்து கொண்டு கண்கள் ரெண்டும் சிவந்து வெளியே வந்தான் அருண்.

அருண்: “ஏய்… இப்போ ஒனக்கு பாதுகாப்பு எழவெல்லாம் அவசியமா?”

உறுமிக் கொண்டு வந்தவன், இருவரும் சற்றும் எதிர்பார்க்காத நேரம் க்ரிஷிகாவின் கூந்தலை கொத்தாக பற்றி இழுத்தான்.

க்ரிஷிகா: “ஐயோ அம்மா…!”

குழந்தைக்கு வலி உயிர் போனது.

திவ்யா: “அருண் அவள விடு. ஒனக்கு என்ன பைத்தியம் பிடிச்சிருக்கா? விடு டா அவள!”

அருணின் கரத்தில் இருந்து க்ரிஷிகாவை பிரித்து எடுக்க பெரும் பாடுபட்டாள் திவ்யா.

அருண்: “ஏய்.... நீ குறுக்குல வராத. இது எல்லாத்துக்கும் காரணம் நீ தான்!”

அடுத்த நொடி க்ரிஷிகாவைப் பிடித்து அவன் தள்ளி விட, அருகே இருந்த மேசை ஒன்றில் தலை இடித்து தொப்பென நிலத்தில் விழுந்தாள் அவள்.

திவ்யா: “ஐயோ க்ரிஷிகா...!”

குழந்தையின் அருகே செல்லப் போனவளின் கரம் பிடித்து தன் அருகே இழுத்த அருண் திவ்யாவை சுவற்றில் சாய்த்து அவளின் கழுத்தை நெரிக்க ஆரம்பித்தான்.

திவ்யா: “அ.... அருண்... என்... விடு....!!”

மூச்சுக்கு அவள் சிரமப்பட, இவனோ சற்றும் இறக்கம் பார்க்கவில்லை.

அருண்: “அந்த பொம்பள இன்னைக்கு night வீட்டுக்கு வர்றாளாம். இந்த சனியன நாம நல்லா பாத்துக்குறோமா ன்னு check பண்ணனுமாம். அந்த ஆசிரமத்துல இருந்து mail வந்திருக்கு. இப்ப இவ வாய திறந்து எல்லாத்தையும் சொல்லணும். Then நா jail க்கு போகணும். அது தானே உன் plan?”

வெறி கொண்டு திவ்யாவை அவன் தாக்க,

க்ரிஷிகா: “Uncle... Please அவுங்கள விடுங்க...!”

தன் நெற்றியில் இருக்கும் காயத்தையும் பொருட்படுத்தாமல் எழுந்து வந்து கெஞ்சினாள்.

அருண்: "ஏய்.. ச்சீ.... என்ன தொடாத! இந்த மலட்டு நாய்க்கு நீ என்ன வக்காலத்தா?"

க்ரிஷிகாவை பிடித்து மீண்டும் தள்ளி விட்டான். 10 வயது கடந்த பிள்ளை. ஓரளவுக்கு கண் முன்னால் நடக்கும் நிகழ்வுகளை புரிந்து கொள்ள முடிந்தது அவளால். இந்த நொடி என்ன செய்ய வேண்டும் என்று சிந்தித்தவள் ஒரு முடிவுக்கு வந்தவளாய் கண்களை துடைத்துக் கொண்டு எழுந்தாள்.

க்ரிஷிகா: "Uncle... எனக்கு புரியுது. வைஷாலி அம்மா வந்தா நா எதுவுமே சொல்ல மாட்டேன். I promise you. நீங்க ரெண்டு பேரும் என்ன நல்லா பாத்துக்கிறீங்க ன்னு தான் நா சொல்லுவேன். என்ன நம்புங்க. Please இப்போ அவங்கள விடுங்க. Please...!"

கையெடுத்து கும்பிட்டு அவள் இறைஞ்ச, அதற்குப் பிறகு தான் நிம்மதியாய் திவ்யாவின் கழுத்தில் இருந்து அவன் கரத்தை விடுவித்தான்.

❀ ❀ ❀

வைஷாலி: "சொல்லு நிலா... இப்பவாச்சும் வாய திறந்து பேசு. என்கிட்ட இருந்து நீ எதையும் மறைக்க முடியாது. என் பழைய தங்கச்சி எனக்கு வேணும். நா பாத்து வளந்த தங்கச்சி நீ இல்ல...!"

நிலா: "ஆமா... நா உன் தங்கச்சி இல்ல...!"

உரக்க கத்தியவளின் முகம் துடித்தது.

வைஷாலி: "இப்ப நீ என்ன சொன்ன? Come again. Come again…!"

வைஷாலி எழுந்து வர,

நிலா: "ஆமா வைஷாலி… that's the truth. நாம same blood sisters கிடையாது..!"

பெரும் உண்மையை தூக்கிப் போட்டு உடைத்தாள்.

வைஷாலி: "என்… என்ன சொல்ற நிலா? என்ன பேசுற ன்னு தெரிஞ்சு தான் பேசுறியா நீ?"

அவள் கண்களில் ஒரு துளி நீர் விழவா வேண்டாமா என்று விழியோரம் நின்று தள்ளாடிக் கொண்டிருந்தது.

நிலா: "ஆமா… நீ நம்பல னாலும் அது தான் நிஜம். என்னோட cupboard ல இருந்த அந்த படத்துல உள்ள lady உன்னோட அம்மா. அவங்கள தேடி கண்டு பிடிச்சா, என்னோட parents யாரு ன்னு கண்டு பிடிக்கலாம் ன்னு நெனச்சேன்…!"

மூக்கை உறிஞ்சிக் கொண்டு சொன்னவளை நம்ப முடியாத பார்வை பார்த்துக் கொண்டிருந்தாள் வைஷாலி.

வைஷாலி: "எத வச்சு அப்டி ஒரு conclusion க்கு வந்த?"

கேட்கும் போதே அவள் குரல் நடுங்கியது.

நிலா: "நம்ம ஆசிரமத்துல தான். Data base ல check பண்ணேன். அது மட்டும் இல்லாம, நம்மள அந்த ஆசிரமத்துல சேத்து விடும் போது work பண்ணிட்டு

இருந்த ஒருத்தங்கள மீட் பண்ணேன். அவங்க தான் சொன்னாங்க. உன்னோட அம்மா தான் என்னையும் கூட்டிட்டு வந்து அங்க சேத்து விட்டு இருக்காங்க. But, she is not my real mother. அவங்களுக்கு நா எங்க இருந்து கெடச்சேன் ன்னு நா தெரிஞ்சுக்கணும். I have to find out my real family. I can't live alone like this forever…!"

சொன்னவளை வலி நிறைந்த பார்வை பார்த்துக் கொண்டிருந்தாள் வைஷாலி.

வைஷாலி: "அதுக்கும் நீ என்ன பொய் சொல்லி துபாய் வர வச்சதுக்கும் என்ன சம்மந்தம் நிலா?"

அவள் விழிகள் ரெண்டும் சிவந்து போயிருந்தன. நிலாவைப் பார்க்க முடியாமல் விழிகளை வேறு பக்கம் திருப்பிக் கொண்டாள்.

நிலா: "சம்மந்தம் இருக்கு. நான் ஒருத்தன லவ் பண்றேன். பேரு ஜீவன். அவன் கூட வெளிய போனப்ப இங்க துபாய் ல உன் அம்மாவ நா பாத்தேன். நா என்ன சொன்னாலும் அவங்க நம்ப மாட்டாங்க. அதுவே, நீ அவங்ககிட்ட direct ஆ கேட்டா அவங்க உண்மைய சொல்லுவாங்க. அப்டின்னு நெனச்சு தான் நா உன்னை இங்க வர வச்சேன். But, பொய் சொல்லல. work இருக்கு ன்னு சொன்னது. அது உண்மை தான்…!"

என்றவள் தன் அறைக்குள் இருந்து ஒரு கவரை எடுத்து வந்தாள்.

நிலா: "இதோ இருக்கு. நீயே பாத்துக்க. உனக்கு எப்ப வேணுமோ, அப்ப நீ அந்த work ல போய்ட்டு join

பண்ணிக்கலாம். நா பொய் சொல்லல. But, நீ என் சொந்த அக்கா இல்ல. அதுவும் உண்மை. ரெண்டு தடவ நீ என்ன maybe வெளிய பாத்திருப்ப. அத வச்சு, நா யார் கூடயோ சேந்து உன்ன Cheat பண்றேன்னு நீ நெனச்சி இருக்கலாம். Of course that's not your fault…! யாரா இருந்தாலும் அப்டி தான் நினைப்பாங்க!"

எங்கோ ஒரு மூளையை வெறித்துப் பார்த்த படி கூறி முடித்தாள் நிலா.

வைஷாலி: "அப்போ நீ daily work ன்னு சொல்லிட்டு evening வெளிய ஒரு பையன் கூட… I mean, உன் boyfriend கூட போனதெல்லாம் என் அம்மாவ தேட தானா?"

வைஷாலி கேட்க, நிலா ஆம் எனும் விதமாய் தலையை மேலும் கீழும் ஆட்டினாள். வைஷாலியால் அதற்கு மேல் அங்கிருக்க முடியவில்லை. தனிமை தேவைப்பட்டது. நிச்சயம் இந்த வீட்டில் அது அவளுக்கு கிடைக்கப் போவதில்லை. நிலாவின் முகம் பார்க்கும் தருணம் எல்லாம் ஏதோ ஒரு சஞ்சலம் அவளை சூழ்ந்து கொள்ளும். விழிகளை இறுக மூடித் திறந்தவள் தன்னுடைய கைப்பையை எடுத்துக் கொண்டு விரு விருவென வீட்டிலிருந்து வெளியேறி செல்ல, அவளைத் தடுக்கக் கூட மனம் இல்லாமல் அமர்ந்திருந்தாள் நிலா.

ஜீவன்: "நிலா…!"

வைஷாலி வெளியே சென்ற சிறிது நேரத்தில் அவன் உள்ளே வந்தான்.

நிலா: "வா ஜீவா... எல்லாம் முடிஞ்சு போச்சு. என்னால இனிமே என் குடும்பத்த கண்டு பிடிக்க முடியாது. நா யாரு ன்னு இனி எப்பவுமே தெரிஞ்சுக்க முடியாது. நா ஒரு அனாதை தான். உனக்கு வேணும்னா இந்த அனாதைய கல்யாணம் பண்ணிக்கோ!"

நிலா மனதளவில் உடைந்து போய் இருக்கிறாள். அது ஒன்றும் அவனுக்கு புரியாமல் இல்லை. இந்த தருணத்தில் அவளை எப்படி தேற்றுவது என்று தான் தெரியவில்லை அந்த ஆறடி ஆண் மகனுக்கு.

ஜீவன்: "விடு நிலா... நீங்க ரெண்டு பேரும் பேசினது எல்லாத்தையும் நானும் கேட்டுட்டு தான் இருந்தேன். It's okay leave it. நாம எப்டியாச்சும் try பண்ணலாம். நீ எதுவும் யோசிக்காத!"

அருகே வந்து அமர்ந்து கொண்டவனின் நெஞ்சிலே சாய்ந்து கொண்டாள் வெண்ணிலா.

நிலா: "அக்கா என்ன பத்தி ரொம்பவுமே தப்பா நினைச்சு இருப்பா ல!"

அவள் குரலில் ஒரு வெறுமை இருந்தது.

ஜீவன்: "அதெல்லாம் ஒன்னும் இல்ல. வைஷாலிக்கு உன்ன விட்டா வேற யாரு இருக்காங்க? நீயே யோசிச்சு பாரு. எப்டியும் ரொம்ப தூரம் போயிருக்க மாட்டாங்க. கொஞ்ச நேரம் தனியா இருந்துட்டு again இங்க தான் வருவாங்க. அப்போ deep ஆ ஒரு Sorry சொல்லிடு. நானும் என்னோட boyfriend உம் உன் அம்மாவ கண்டு பிடிக்கிறதுக்காக தான் day by day உன்ன பக்கத்துலயே

வச்சுக்கிட்டோம் னு சொல்லு. அதுக்கான reason ஐயும் சொல்லு. கண்டிப்பா வைஷாலி புரிஞ்சிப்பாங்க. இதுல உனக்கான தேவை ஒரு பக்கம் இருந்தாலும், வைஷாலியோட அம்மாவும் தானே கிடைக்க போறாங்க? இது ஒரு வகைல வைஷாலிக்கு நல்ல விஷயம் தானே?"

தன்னால் முயன்ற ஆறுதலை அவன் வழங்க, பெண் மனமோ ஆற மறுத்தது.

நிலா: "இருந்தாலும் அக்கா இப்போ மனசு உடைஞ்சு வெளிய போயிருக்காங்க. எங்க போனாங்க ன்னு தெரியல. அன்னைக்கு மாதிரி ஏதாச்சும் நடக்காம இருக்கணும். நான் ஒரு mental. அக்காவ உக்கார வச்சு எல்லாத்தையும் தெளிவா explain பண்ணி இருந்தா, அவங்களே OK சொல்லி இருப்பாங்க. But, நான் தான் தேவையில்லாம சுத்தி வளச்சு... ச்சே... மொத்தமா சொதப்பிட்டேன் ஜீவா!"

ஜீவன்: "நீ அவங்களையும் surprise பண்ணனும் ன்னு தானே அப்டி பண்ண? இதுல உன் தப்பு எதுவும் இல்ல டி!"

சொன்னவன் அவளை இன்னும் இறுக்கமாக அணைத்துக் கொண்டான். அந்த அனைப்பில் இனம் புரியாத ஒரு ஆறுதலைக் கண்டவள் அவனுள் அடங்கிப் போக, இங்கு மறுமுனையில் நடு வீதியில் திக்கற்று நடந்து கொண்டிருந்தாள் வைஷாலி.

❀ ❀ ❀

15

புது திருப்பம்

கண் விழித்த வைஷாலிக்கு பயங்கரமாய் தலை சுற்றிக் கொண்டு வர, வயிற்றைப் பிரட்டிக் கொண்டு வாந்தி வேற வருவது போல இருந்தது.

வைஷாலி: “ஐயோ... என்ன இது! ச்சே!”

தன் சிரசை இரு கரங்களாலும் அழுத்தி பிடித்துக் கொண்டவள் தன்னால் முயன்ற அளவுக்கு கரங்களில் வலிமை கூட்ட, அப்பொழுதும் அவளின் தலை வலி அடங்கிய பாடில்லை.

குரல்: “இந்தாங்க... கொஞ்சம் இந்த ஜூஸ் குடிங்க. ஓரளவுக்கு சரியாகும். நீங்க சரியா சாப்பிடல ன்னு நினைக்கிறேன். அதான் இப்டி எல்லாம் இருக்கு! Don't worry ங்க... everything will be alright”

ஒரு நம்பிக்கையான பெண் குரல் அவளின் செவியை தீண்டி செல்ல, மெல்ல நிமிர்ந்து பார்த்த அவளின் புருவங்கள் சுருங்கின.

வைஷாலி: “I am sorry... if you don't mind நீங்க யாரு ன்னு சொல்ல முடியுமா? நா எப்டி இங்க வந்தேன்?”

இறுதியாக தங்கையுடன் சண்டை போட்டுவிட்டு அவள் கூறிய பல மர்மமான விஷயங்களை கேட்டு வீட்டில் இருந்து வெளியேறி வந்தது மட்டும் தான் அவளைக்கு ஞாபகம் இருக்கிறது. ஆனால் தன் முன்னால் நின்று கொண்டிருக்கும் இந்த பெண் யார்; இது யாருடைய வீடு என்றெல்லாம் சுத்தமாக அவளுக்குப் பிடிப்படவே இல்லை.

பெண்: "oh.. I am yashoda. இங்க ஒரு pharmacy ல work பண்ணிட்டு இருக்கேன்... உங்களுக்கு என்ன முன்ன பின்ன தெரியாது. road ல நடந்து வந்துட்டு இருக்கும் போது திடீர்னு மயங்கி விழுந்துட்டீங்க. எனக்கு என்ன பண்றது ன்னு தெரியல. உங்க bag ல mobile எதுவும் இருக்கல. So, யாருக்கு உங்கள பத்தி inform பண்றது ன்னும் தெரியல. அதனால தான் direct ஆ என்னோட வீட்டுக்கே உங்கள கூட்டிட்டு வந்துட்டேன். நீங்க எதுக்கும் பயப்படாதீங்க. உங்களுக்கு எதுவும் இல்ல. கொஞ்ச நேரம் ரெஸ்ட் எடுங்க! மொதல்ல இந்த ஜூஸ் குடிங்க..."

மிகவும் அன்பாய் உபசரித்தாள். தெரிந்தவர்களே முதுகில் குத்திய அனுபவங்கள் எல்லாம் வைஷாலியை சூழ்ந்திருக்க, யசோதா போன்ற பெண்ணின் அறிமுகம் அவளுக்கு சற்று புத்துணர்ச்சியைப் பாய்ச்சியது.

வைஷாலி: "ரொம்ப தேங்க்ஸ் ங்க... யாரு எவரு ன்னு தெரியலனாலும் பெரிய ஹெல்ப் பண்ணி இருக்கீங்க. இத நா எப்பவுமே மறக்க மாட்டேன்!"

நன்றி உணர்வோடு சொன்னவள் யசோதாவின் கையில் இருந்த அந்த ஜூஸ் கிளாஸை வாங்கிக் கொண்டாள்.

❀ ❀ ❀

ஜீவன்: “இன்னும் எவ்வளவு நேரம் இங்க இப்டியே உக்காந்துட்டுஇருக்கபோற?வாபோலாம்.Organisation ல இருந்து பல தடவை கால் பண்ணிட்டாங்க. நான் தான் answer பண்ணி சமாளிச்சிட்டு இருக்கேன். இதுக்கு மேல முடியாது டி! எழுந்திரு”

அவனும் வந்ததிலிருந்து அவளை சமன் செய்ய தான் முயற்சி செய்து கொண்டிருக்கிறான். ஆனால் அனைத்தும் அவனின் கையை மீறி சென்று கொண்டிருக்க, ஒரு பக்கம் தன்னவள் ஆசை நிறைவேறவில்லை என்கிற துக்கம் வேறு அவனை வாட்டியது.

ஜீவன் (mind voice): “இப்ப என்ன பண்றது!”

தீவிரமாய் சிந்தித்தவனுக்கு ஒன்றே ஒன்று மட்டும் புரிந்தது. நடந்த வாய் கலவரத்தில் தன்னுடைய குடும்பம் இனி யார் என்று தான் அறிந்து கொள்ளவே போவதில்லை எனும் துக்கத்தில் தான் நிலா இப்படி அமர்ந்திருக்கிறாள் என்று தெள்ளத் தெளிவாக அறிந்து கொண்டவன், அதில் இருந்து அவளை மீட்கும் வழியை தேடினான்.

வெண்ணிலாவுக்கு நடனம் ஆடுவது என்றால் கொள்ளை பிரியம். தக்க தருணத்தில் யோசனை மணி

ஜீவனின் அறிவில் உதிக்க, கள்ள புன்னகை புரிந்தவன் அடுத்த நொடியே தன் அலைபேசியை எடுத்து வெண்ணிலாவுக்கு மிகவும் பிடித்தமான ஒரு பாடலை ஒலிக்க விட்டான்.

ஜீவன்: "பேபி எழுந்து வா…!"

உரிமையாய் அவன் அழைக்க, எப்பேர்பட்ட நடனக்காரியாக இருந்தாலும் இப்படிப்பட்ட மனநிலையில் ஆடிட முடியுமா என்ன?

வெண்ணிலா: "ப்ளீஸ் ஜீவன். என்ன கொஞ்சம் தனியா இருக்க விடு!"

தலையை பிடித்துக் கொண்டாள்.

ஜீவன்: "தனியா இருக்கணும் ன்னா பின்ன நா எதுக்கு? உன்ன தனிமையா ஃபீல் பண்ண விடமாட்டேன்னு நான் உனக்கு ப்ராமிஸ் பண்ணி குடுத்து இருக்கேன் நிலா. எப்பவும் இந்த நிலாவோட வானமா நான் தான் இருப்பேன்…!"

எப்பேர்பட்ட வரிகள். ஆழ் மனதிலிருந்து அவன் உரைக்க, ஒரு நொடி பெண் அவளின் உடல் சில்லிட்டு அடங்கியது.

நிலா: "நீ எனக்காக இருப்ப ன்னு எனக்கு தெரியும் ஜீவன். But, எனக்கு இப்ப தனிமை தான் வேணும்!"

என்றவளை அவளே எதிர்பாராத தருணம் சட்டென்று கரம் பிடித்து தூக்கினான் ஜீவன்.

நிலா: "ஜீவா என்ன பண்ற நீ?"

பெண்ணவள் நிலை தடுமாற, தன்னோடு அவளை இறுக்கிக் கொண்டவன், நச்சென்று அவளின் கன்னத்திலே ஒரு முத்தம் வைத்தான். அவனின் பேச்சிலேயே பாதி தன்னிலை மறந்திருந்தவள் இப்பொழுது முழுமையாய் அவனுக்குள் சரணாகதி ஆக, 'இது போதும் எனக்கு' எனும் ரீதியில் அவளுடன் நடனம் ஆட ஆரம்பித்தான் ஜீவன்.

நிமிடங்கள் எல்லாம் மணி நேரமாய் விரிய, உதட்டில் பூத்த சிறு புன்னகையோடு ஜீவனின் தோளில் சாய்ந்து கொண்டாள் பாவையவள்.

வெண்ணிலா: "ஜீவா..."

ஜீவன்: "ம்...?"

வெண்ணிலா: "ஜீவா..."

ஜீவன்: "என்ன டி...!"

வெண்ணிலா: "நீ எனக்கு ப்ரொபோஸ் பண்ண time உனக்கு ஞாபகம் இருக்கா?"

ஏனோ அந்த குறிப்பிட்ட நொடி, கல்லில் பதித்த சிற்பமாய் அவளின் இதயக் கூட்டில் பதிந்து போய் இருக்க, தினம் தினம் அதை எண்ணி வெண்ணிலா மையல் கொல்வதுண்டு.

ஜீவன்: "அதை மறக்க முடியுமா!!"

அவனும் கூறிட, இருவரும் ஒன்றாய் சேர்ந்து அந்த நாள் ஞாபகத்தில் கரைந்து போயினர்.

அதே நேரம் யசோதாவின் அரவணைப்பில் சற்று தேறிய வைஷாலி மெல்ல எழுந்து கொண்டாள்.

யசோதா: “இன்னும் கொஞ்ச நேரம் இருந்துட்டு போங்க. உங்க face reaction பாத்தா நீங்க இன்னும் டயர்டா இருக்குற மாதிரி தான் இருக்கு!”

கரிசனையோடு அவள் சொல்ல, மெல்ல புன்னகைத்தாள் வைஷாலி.

வைஷாலி: “ஐயோ இது tired னால இல்லங்க. ஒரு வேலை கிடைச்சிருக்கு. நாளைல இருந்து அங்க join பண்ணிக்கணும். But stay பண்றதுக்கு இடம் தான் இல்ல. ஆல்ரெடி இருந்த இடம் இனிமே செட் ஆகாது ன்னு தோணுது. அத தான் திங்க் பண்ணிட்டு இருக்கேன்!”

மனதில் உள்ளதை அவள் வெளிப்படையாக பேச, சற்று நேரம் தீவிரமாக சிந்தித்த யசோதா,

யசோதா: “எனக்கு ஒரு இடம் தெரியும். நீங்க வேணும்னா அங்க போய்ட்டு பாக்கறீங்களா? room தான். But, hostel மாறி இருக்கும். ஆல்ரெடி அந்த room ல இருக்குற பொண்ணு அங்கு இருந்து கிளம்ப போறா ன்னு கேள்விப்பட்டேன். நீங்க இந்த சமயத்துல அங்க போனா, maybe உங்களுக்கு அந்த room அ தருவாங்க ல?”

அவள் சொன்ன யோசனை வைஷாலிக்கு மிகவும் பிடித்து போனது.

வைஷாலி: “நிஜமாவே இன்னைக்கு உங்கள கடவுள் தான் அனுப்பி இருக்கணும். சராசரி மனுஷன விட

அதிகமாவே எனக்கு உதவி பண்ணி இருக்கீங்க. அதுவும் ஒரே நாள் ல! ரொம்ப தேங்க்ஸ் ங்க. நா இப்பவே அங்க போறேன்.. அட்ரஸ் குடுங்க!"

வைஷாலி கேட்க, மனம் உவந்து விலாசத்தை கொடுத்தவள் முகம் கொள்ளா புன்னகையுடன் வைஷாலியை வழி அனுப்பி வைத்தாள். அதுமட்டும் இல்லாமல் கையோடு அவர்களுக்கு அழைப்பையும் ஏற்படுத்தி, வைஷாலி எனும் பெண் வரும் விஷயத்தையும் முன்கூட்டியே கூறினாள் யசோதா.

அரை மணி நேர நடை பயணம். மெல்ல நடந்து யசோதா சொன்ன இடத்தை அடைந்தாள் வைஷாலி.

உரிமையாளர்: "வாங்க வாங்க... நீங்க வைஷாலி தானே?"

அந்த பெரியவர் கேட்க, அவளுக்கோ அத்தனை ஆச்சரியம்.

வைஷாலி: "ஆமாங்க... உங்களுக்கு எப்டி தெரியும்?"

வரவழைக்கப்பட்ட புன்னகையோடு அவள் கேட்க,

உரிமையாளர்: "யசோதா Phone பண்ணி எல்லாமே சொல்லிட்டா ம்மா... ஆனா அந்த பொண்ணு இன்னும் room காலி பண்ணல. ஒரு மாசத்துல போயிருவா. அது வரைக்கும் கொஞ்சம் அட்ஜஸ்ட் பண்ண முடியுமா? அந்த பொண்ணு கிட்டயும் நான் பேசிட்டேன்"

என்னவோ இவள் வீட்டில் அவர் வாடகைக்கு இருப்பது போல கெஞ்சலாக கேட்க, என்னவோ போல ஆனது வைஷாலிக்கு.

வைஷாலி: "நீங்க எனக்கு இடம் கொடுத்ததே பெரிய விஷயம். இதுல ஏன் இந்த மாதிரி கேள்வி எல்லாம் கேட்டு என்னை சங்கடப்படுத்துறீங்க! அதெல்லாம் எனக்கு ஒரு பிரச்சனையும் இல்லங்க. நான் தான் உங்களுக்கு நன்றி சொல்லணும்..!"

நன்றி சொல்வதற்கு மன்னிப்பு கேட்பதற்கும் வைஷாலி என்றுமேதயங்கியதில்லை.அதனால்தானோஎன்னவோ அவள் என்றும் தனித்துவமாய் தெரிகிறாள்…

உரிமையாளர்: "சரி வாடா கண்ணா… நானே உன்னை கூட்டிட்டு போறேன். bag எதுவும் எடுத்துட்டு வரலையா?"

வெறும் கையோடு அவள் வந்திருப்பதை அப்பொழுது தான் கவனித்தார்..

வைஷாலி: "அது வந்து… இனிமே தான் போயிட்டு எடுத்துட்டு வரணும். யசோதா அக்கா உங்க கிட்ட விஷயத்த ஏற்கனவே சொல்லி இருப்பாங்க ன்னு நா எதிர்பாக்கல. உங்க கூட பேசிட்டு போகலாம் ன்னு தான் வந்தேன். கொஞ்ச நேரத்துல போயிட்டு பேக் எல்லாம் எடுத்துட்டு வந்துட்றேன்!"

வைஷாலியின் பணிவும், மெல்லிய பூ போன்ற நடத்தையும் அந்த வீட்டின் உரிமையாளரை மிகவும் ஈர்த்தது. கண்ட மாத்திரத்திலேயே வைஷாலியை தன் சொந்த பெண் போல பாவிக்க ஆரம்பித்து விட்டார்.

வாழ்க்கையின் விசித்திரமே இப்படித் தானே! ஒரு வகையில் ஒருவரிடம் இருந்து ஏதோ ஒன்றை பிடுங்கிக்

கொண்டால், இன்னொரு வாசலை திறந்து, போதும் போதும் எனும் அளவுக்கு நல்ல விஷயங்கள் கொட்டிக் கொண்டே இருக்கும். அதே, ஒரு நல்லது நடந்து விட்டது என்று தலைகால் புரியாமல் கொண்டாடிவிட்டால் போதும். அடுத்த நாளிலிருந்து சனி பகவான் தலைகீழாய் ஆட ஆரம்பித்து விடுவார்.

வைஷாலிக்கு இது நல்ல நேரத்தின் ஆரம்பமா இல்லையா என்றெல்லாம் தெரியாது. ஆனால், இனி மனதில் இருக்கும் பாரங்கள் சற்றே ஓயும் எனும் நம்பிக்கையோடு தான் இருக்கப் போகும் அறையை திறக்க, புன்னகையோடு அவளை வரவேற்றாள் மாயா.

❀ ❀ ❀

16

விண்வெளி காதல்

வைஷாலி: “Hi…!!”

மாயா: “Hi… owner சொன்னாங்க. நீங்க வருவீங்க ன்னு…!”

உள்ளே வந்த நிலாவை இன் முகத்தோடு வரவேற்றாள் மாயா. ஆனால் வைஷாலி அந்த ‘Hi’ ஐ தவிர்த்து வேறு எதுவும் பேசவில்லை.

மாயா: “என்னஙக…!! ரொம்ப சைலன்ட் பீஸா இருக்கீங்க! இப்டி எல்லாம் இருந்தா என் கூட ஒரே room ல குப்பை கொட்ட முடியாது! தெரியும் ல!”

ஏதோ பல வருடங்கள் ஒன்றாக பழகியவள் போல அவள் பேச, இதற்கு வெண்ணிலாவே பரவாயில்லை போல தோன்றியது வைஷாலிக்கு.

வைஷாலி: “இல்லங்க… நா Just… room அ பாக்க தான் வந்தேன். கொஞ்ச நாளைக்கு அப்பறம் தான் இங்க Stay பண்ணுவேன்!”

வரவழைக்கப்பட்ட புன்னகையோடு சொன்னவள்,

வைஷாலி: “சரிங்க… அப்போ நான் போயிட்டு வரேன்”

என்றவள் விட்டால் போதும் என்று வெளியே வந்தாள். மாயாவுக்கு அவள் வந்ததும் தெரியாது போனதும் தெரியாது என்பது போல, தலையை இருபுறமும் ஆட்டியவள் தன் வேலையை செய்ய ஆரம்பிக்க, வீட்டின் உரிமையாளரிடம் சொல்லிவிட்டு வீடு திரும்பினாள்.

ஒரு வருடத்திற்கு முன்பு...

வெண்ணிலா: "ஐயோ ப்ளீஸ்...! சொன்னா புரிஞ்சுக்கங்க ஜீவன். எனக்கு இதுல எல்லாம் சுத்தமா interest கெடையாது. இந்த காதல் கல்யாணம் ன்ற கண்றாவி மேல எல்லாம் எனக்கு நம்பிக்கை வந்ததும் கெடயாது. Please leave me alone...!"

தன்னை ஒருவன் காதலிக்கிறான் என்பதில் இத்தனை தூரம் அருவருப்பு பட்டவள் அவளாகத்தான் இருப்பாள்.

ஜீவன்: "நா ஒன்னும் உன்ன force பண்ணலையே நிலா! உன் விருப்பப்படி இரு. ஒனக்கு எப்போ என்ன பிடிக்குதோ அப்போ என்னோட love அ except பண்ணிக்கோ. அது வரைக்கும் I'll never disturb you. ஆனா அதுக்காக எல்லாம் உன்ன விட்டுட்டு என்ன தூரமா இருக்க சொல்லாத! உன்ன தொல்ல பண்ணாம உன் பக்கத்துலயே இருக்கேன்"

கெஞ்சி கேட்டவனை முறைக்கவும் முடியவில்லை அவளால். அதே நேரம் பொய்யான நம்பிக்கை ஊட்டி ஒருவனின் வாழ்க்கையை தொலைத்து விடவும் அவள் விரும்பவில்லை.

வெண்ணிலா: "இங்க பாருங்க ஜீவன். நா என்னைக்குமே கல்யாணம் பண்ணிக்க மாட்டேன். இதுல நா ரொம்ப உறுதியா இருக்கேன். எனக்கு யார் மேலயும் நம்பிக்கை இல்ல. வரவும் வராது. So, உங்க டைம வேஸ்ட் பண்ணாம, கிளம்பி போங்க!"

தன்மையாய் அவள் எடுத்துரைக்க முயல, அதைக் கேட்டால் தான் அவன் ஜீவன் அல்லவே!

ஜீவன்: "என்னால உனக்கான மொத்த சந்தோஷத்தையும் குடுக்க முடியும் நிலா. உனக்கான வாழ்க்கைய நீ முழுசா என் கூட இருந்தா வாழ முடியும். நீ ஆசப்பட்ட ஒவ்வொரு விஷயத்தையும் நா உனக்காக பாத்து பாத்து பண்ணுவேன்! என்ன நம்பு"

இம்முறை பொறுமையாய் நின்றவளின் ஆத்திரம் எல்லை கடந்தது.

வெண்ணிலா: "ஒனக்கு ஒரு தடவ சொன்னா புரியாதா? நல்லா பாத்துப்பேன் நல்லா பாத்துப்பேன்னு உருட்டுனா மட்டும் போதாது. அதே மாதிரி இருக்கணும். ஆனா அது முடியாது. என்னைக்காவது ஒரு நாள் நா உனக்கு சலிச்சு தான் போவேன்! Love forever ன்றது எப்பவுமே ஒரு மாயை தான்!"

விழிகள் ரெண்டும் சிவந்து போனது வெண்ணிலாவுக்கு.

ஜீவன்: "ஆனா நா விளையாட்டுக்காக சொல்லல. நா எப்பவுமே உன்னை காதலிப்பேன் நிலா! உனக்கு புடிச்ச எல்லாத்தையும் பண்ணுவேன்..."

அவன் விடுவதாக இல்லை.

வெண்ணிலா: "வாய மூடு ஜீவன். என்ன? இல்ல தெரியாம தான் கேக்குறேன் என்ன...? என்ன பண்ணுவ? எனக்கு என்ன பிடிக்கும்? இதுக்கு பதில் எனக்கே தெரியாது! Then how will you do that? பெருசா புடிச்சது எல்லாத்தையும் பண்ணுவேன்... தேவையானது எல்லாத்தையும் வாங்கி தருவேன்னா, what are you trying to prove here? பெருசா என்னத்த தந்துட போற? நா கேட்ட ஒடனே என்ன அந்த விண்வெளில கூட்டிட்டு போய் நிறுத்திடுவியா? பெருசா வந்துட்டான் பேசுறதுக்கு!!"

எரிச்சலில் பற்களைக் கடித்தவள், அவனை திரும்பி கூட பார்க்காமல் அங்கிருந்து நகர, போகும் அவளையே விரக்தியாய் பார்த்துக் கொண்டிருந்தான் ஜீவன்.

ஜீவனோடு கத்தி விட்டு வந்ததிலிருந்து நாள் ஓடவில்லை அவளுக்கு.

Manager: "நிலா அடுத்த ப்ராஜெக்ட் வந்து இருக்கு. நீங்க என்ன கண்ண திறந்துடே கனவு கண்டுட்டு இருக்கீங்க?"

தேவையானதை பார்த்து பார்த்து செய்ய வேண்டிய நேரத்தில் அப்படியே அமர்ந்திருக்கும் நிலா அவருக்கு புதிது தான்.

நிலா: "இதோ... இப்பவே போறேன் சார்...!"

என்ற அவளின் அலைபேசியை தழுவியது ஒரு குறுஞ்செய்தி.

நிலா: “oh God… இந்த இடம் எங்க இருக்கு! முன்ன பின்ன நா போனதும் இல்ல…”

வாய்க்குள் முணுமுணுத்தவள், தன் மேஜையில் வைக்கப்பட்டிருந்த file ஐ எடுத்துக்கொண்டாள்.

நிலா: “நீங்க யாரும் வரலையா?”

தன் குழுவிடம் கேட்க,

Team members: “இல்ல நிலா… ஒருத்தர் பண்ற வேலை தான். நீ மட்டும் போயிட்டு வா!”

அத்தனையும் அன்று தலைகீழாய் இருந்தது.

நிலா: “ஓகே….!!”

என்றவள் பாடிய வசையெல்லாம் அவள் மனதிற்குள் மட்டும் தான்.

அரை மணி நேர பயணம்… அவளுடைய வண்டி வந்து நின்ற இடமோ துபாயில் இருக்கும் Al quaa எனும் இடம்.

நிலா (mind voice): “இந்த மாதிரி பிளேசஸ் எல்லாம் எங்க இருந்து தான் தேடி தேடி செலக்ட் பண்றாங்களோ!”

அந்த இடத்தின் அழகில் ஒரு நொடி மயங்கி நின்றவள் தன் நடையை தொடர, அங்கும் இங்கும் பார்த்தபடி சென்றவள் முன்னால் நின்றிருந்த அந்த ஆறடி துணை பார்க்க மறந்தாள். மெல்ல நடை பயின்றவள் ஒரே அடியாய் அவனில் மோதி விட, விழப் போனவளை தன் ஒற்றை கரத்தில் பூமாலையென தாங்கிக் கொண்டான்.

வெண்ணிலா: "ஜீவன்... what you are doing here?"

உண்மையில் அவனை அங்கு அவள் எதிர்பார்க்கவில்லை.

ஜீவன்: "சொல்றேன்... come with me...!"

என்றவன் அவளின் அனுமதியைக் கூட எதிர்பாராமல் நிலாவின் கரம் பிடித்து முன்னே அழைத்துச் செல்ல, அந்த இடம் கொடுத்த ரம்மிய மனநிலையில் அவனோடு நடந்தாள் பாவையவள்.

ஜீவன்: "ஒரு 10 மினிட்ஸ் நிலா. அது வரைக்கும் என்ன நடந்தாலும் என்ன திட்டாத!"

கண்டிப்பாய் சொன்னவன் அவள் கண்களை கருப்பு துணி கொண்டு மூடினான். இத்தனை நாட்களும் அவளிடம் கெஞ்சி கெஞ்சி காதல் புரிந்தவனின் அந்த மாறுபட்ட ஆளுமையான குரலிலும், தோரணையிலும் ஒரு நொடி நிலா ஸ்தம்பித்து நின்று விட்டாள் என்பது தான் உண்மை. அவன் இழுத்த இழுப்புக்கு எல்லாம் சென்றாள்.

நிலா: "ஜீவன் நாம இப்போ...!!!"

ஏதோ கேட்க வந்தவளின் குரல் சட்டென்று நின்றது. ஜீவனின் சூடான மூச்சுக்காற்று அவளின் செவியோரம் தீண்டி செல்ல, அது மயிர் கூச்சலை ஏற்படுத்தியது வெண்ணிலாவுக்கு.

ஜீவன்: "Yes you're absolutely correct. என்னால உன்ன விண்வெளிக்கு கூட்டிட்டு போக முடியாது. But,

இங்கே இருந்து உனக்கான விண்வெளிய என்னால காட்ட முடியும்...!"

அவள் சங்கு கழுத்தோரம் இதழ் உரச சொன்னவன் அடுத்த நொடியே அவளுடைய விழிகளில் கட்டப்பட்டிருந்த அந்த கருப்பு துணியை எடுத்து விட, ஒரு நொடி மெய்மறந்து நின்றாள் நிலா.

நிலா: "இது... இது உண்மையா...?"

தன் கண்களை தன்னாலேயே நம்ப முடியவில்லை.

ஜீவன்: "ம்... நீ கேட்ட விண்வெளி... மொத்த Galaxy யும் இருக்கு. But அந்த நிலா மட்டும் இங்க இருக்கு... என் பக்கத்துல. யாருக்கும் தர மாட்டேன்!"

என்றவன் என்ன நினைத்தானோ! தான் பேசுவதையே வார்த்தைகள் சிக்கி மெய் மறந்து கேட்டுக் கொண்டிருந்த நிலாவின் இதழை மென்மையாய் முற்றுகையிட, முதல் முறை தன் வயிற்றுக்குள் பறந்த பட்டாம்பூச்சியை கட்டுப்படுத்த தெரியாதவள் அவனின் சர்ட் காலர் இரண்டையும் கெட்டியாய் பிடித்துக் கொண்டாள்.

அந்த பற்றுதல் அவனுக்கு மேலும் உணர்வுகளை அள்ளிக் கூட்ட, அவள் இடையோடு கை கோர்த்து தன்னோடு இழுத்தவன் நிலாவின் முகமெங்கும் முத்தமழை பொழிந்தான். அவனைக் கண்டாலே எரிந்து விழுபவள், இன்று அவனின் இரும்பு கரங்களுக்குள் மென்மையாய் சிறைப்பட்டிருந்தாள்.

ஜீவன்: "உன்கிட்ட தோணின மாதிரி வேற எந்த பொண்ணு கிட்டயும் எனக்கு தோணல டி...! You are the one…! நீ எனக்கானவ ன்றது எந்த அளவுக்கு உண்மையோ! அதை விட நா உனக்கானவன் ன்றது. என்ன நம்பு டி…! I am in deeply love with you Nila…!"

என்றவனை விலக்கி விட தோன்றுமா என்ன? கோபத்தில் பேசுகிறாள் என்று அவளது வார்த்தைகளை உதாசீனப்படுத்தாமல், வான்வெளிக்கு அல்லவா கூட்டி வந்து நிறுத்தி விட்டான்! இனியும் தாமதம் செய்ய விரும்பாதவள் அவனின் சிகைக்குள் விரல் நுழைத்து, தன் முகத்தை சற்றே சாய்த்து அவனுடைய இதழை முற்றுகையிட்டாள்.

தன்னவள் ஸ்பரிசம் தொடும் முதல் நொடியது. அதுவும் அவளாகவே தரும் முதல் முத்தம். ஆணவனுக்கு கசக்குமா என்ன? இருவரும் அந்த நொடியில் திளைத்திருக்க, இன்று அதே போல இரு உடல் உரச, ஒட்டி நின்று கொண்டிருந்தனர்.

நிலா: "பேசாம வீடியோ பண்ணி இருக்கலாம். தோணுறப்பா எல்லாம் போட்டு பாக்க…!"

கிண்டலாய் அவள் சொல்ல,

ஜீவன்: "அடி போடி… நீ ஓகே சொல்லுவியோ மாட்டியோ ன்னு அந்த நொடி எனக்கு இருந்த டென்ஷன் இருக்கே… அப்பப்பா! எத்தன வாட்டி செத்துப் போழச்சேன் தெரியுமா?"

அந்த நாள் நொடிகளை மனதில் நிறுத்தி அவன் சொல்ல, அவளுக்கும் அது புரியத் தான் செய்தது.

நிலா: “சரி விடு... அது தான் நீயே முழுசா என்கிட்ட இருக்கியே! இதுக்கு மேல வேற என்ன வேணும்!”

சமாதானத்தையும் அவளே சொன்னாள். மீண்டும் ஒரு இதழ் தீண்டலுக்கு இரு உயிரும் ஏங்க, இருவருக்கும் இடையில் ஒரு இன்ச் தூரம் தான் இருந்திருக்கும். இரு உதடுகளும் உரசிக் கொள்ளும் அந்த நொடி தடாலென வீட்டின் கதவு திறக்கப்பட, சட்டென விலகி நின்றவர்கள் பதறிப் போயினர்.

❀ ❀ ❀

17

எண்ண அலைகள்

மேரி: "என்னாச்சு? வைஷாலி சம்மந்தமா ஏதாச்சும் இன்ஃபர்மேஷன் கெதர் பண்ணீங்களா?"

குரலில் கவலை தாங்கி அவர் கேட்க,

PA: "இல்ல மேடம்... நீங்க சொன்ன மாதிரி Mail பண்ணி இருக்கோம். ஆனா வைஷாலி இன்னும் அதையெல்லாம் பாக்கல போல! பாத்திருந்தா தான் அவ அடுத்த நிமிஷமே நமக்கு கால் பண்ணி இருப்பாளே!"

சரியாய் கணித்து சொன்னாள் அவள்.

மேரி: "நீ சொல்றதும் சரி தான். ஆனா நமக்கு இப்ப வைஷாலி தானே தேவை! அந்த particular couple க்கு வேற வீட்டுக்கு வர்றதா தகவல் சொல்லிட்டோம்! அவங்க வேற பாத்துட்டு இருப்பாங்களே!"

ஆயிரம் யோசனைகள் அவரின் மனதில்.

PA: "இன்னும் ஒரு நாள் வெயிட் பண்ணி பாக்கலாம். அப்பவும் எந்த ரெஸ்பான்ஸும் இல்ல ன்னா, Next step க்கு Move பண்ணிக்கலாம் மேடம்!"

மேரிக்கும் அதுவே சரி என்று தோன்ற, சற்று யோசித்து விட்டு ஒப்புதலாய் தலையசைத்தவர் தன் மற்றைய வேலைகளில் மூழ்கினார்.

அதே நேரம் இங்கு முழங்காலில் இரு கரங்களையும் கோர்த்து அதில் தலை பதித்து அழ நினைத்த வைஷாலியின் விழிகளில் ஒரு துளி கண்ணீர் வரவில்லை. அழுது அழுது அத்தனையும் வற்றி போய்விட்டதோ என்னவோ! பாவப்பட்ட ஜீவனாய் இருந்தாள்.

வைஷாலி: “எனக்கு மட்டும் ஏன் இப்டி நடக்கணும்! சொந்த தங்கச்சியே! ச்சே...!!”

நினைக்கும் பொழுதே மனதில் சுள்ளென்ற ஒரு வலி தோன்றியது.

வைஷாலி: “ஹ்ம்... அவ தான் என் தங்கச்சி இல்லையே!”

அந்த உண்மை வேறு அப்போது திடீரென்று தலைக்குள் வந்து வலித்தது.

அழுத்தமாய் விழிகளை மூடிக் கொண்டவளின் எண்ணங்களுக்குள் சற்று நேரத்திற்கு முன்னால் நடந்த சம்பவம் கருப்பு வெள்ளை படங்களை விரிந்தன.

சற்று நேரத்திற்கு முன்...

நிலா: “அக்கா...!!”

சட்டென்று ஜீவனிடம் இருந்து அவள் விலக, உள்ளே வந்த வைஷாலி சத்தியமாக அப்படி ஒரு நிலையில் தன் தங்கையை எதிர்பார்க்கவில்லை.

வைஷாலி: "நா இல்ல ன்ற ஒரு சின்ன கவலை கூட உனக்கு இல்ல ல! நா உன்னோட சொந்த அக்கா இல்ல ன்னு தெரிஞ்சதும் என்ன இந்த அளவுக்கு வெறுத்துட்டியா நிலா! நீ என்ன வச்சு அவ்ளோ பெரிய Game ஆடினது கூட எனக்கு problem இல்ல... But, இப்போ நா மனசு உடைஞ்சு வெளிய போனதுக்கு அப்புறம் கூட உன் boyfriend அ கூப்டு Jolly யா இருக்கியே! நீ எல்லாம் என்ன மாதிரி மனுஷி டி....!!"

கேட்கக் கூடாது என்று பொத்தி பொத்தி வைத்த வினாக்களை இப்பொழுது அடங்க மாட்டாமல் அவிழ்த்து விட்டாள் வைஷாலி.

நிலா: "அதில்ல க்கா... நீ ஏதோ தப்பா புரிஞ்சி....!"

வைஷாலி: "ச்சீ வாய மூடு... இதுக்கு மேலயும் என்ன சொல்லி சமாளிக்க போற! உன் சுயரூபம் எனக்கு தெரிஞ்சு போச்சு. மேல மேல நடிக்க தேவையில்ல வெண்ணிலா. இனிமே உனக்கும் எனக்கும் நடுவுல எதுவும் இல்ல. நா இங்க இருக்குறது உனக்கு பிரச்சனையா இருந்தா அதையும் சுத்தி வளைக்காம நேராவே என்கிட்ட சொல்லிடு. நா இங்கருந்து கிளம்பி போயிட்றேன்!"

உச்சகட்ட அதிருப்தியில் பேசியவள், வேகமாக தன் அறைக்குள் சென்று கதவை டமார் என அடித்து சாத்தினாள். வைஷாலியின் கோபத்தை முதல் முறை பார்க்கிறாள் நிலா. அதுவும் ஒன்றல்ல; இரண்டு முறை பார்த்து விட்டாள். சற்று பயமாக தான் இருந்தது. ஆனால் மனதிற்குள் எழுந்த கவலை பயத்தை மீறி

செல்ல, அவள் துன்பப்படுவதை அருகில் நின்று பார்த்துக் கொண்டிருக்க முடியவில்லை ஜீவனால்.

ஜீவன்: "சாரி நிலா... நீ என்ன போக தான் சொன்ன... நான் தான் எதையுமே புரிஞ்சுக்காம உன்ன சரி பண்றேன் ன்னு சொல்லிட்டு இங்கயே இருந்து நிலைமைய இன்னும் மோசமாகிட்டேன். Sorry டி...!"

உண்மையில் அவனுக்கு அத்தனை குற்ற உணர்ச்சியாக இருந்தது. ஒருவேளை வைஷாலி வீட்டுக்கு வரும் பொழுது அவள் அதே போல சோகமாக இருந்திருந்தால் நிச்சயம் மனமிரங்கி இருப்பாளோ என்னவோ! தான் அத்தனை துக்கத்தை தாங்கி வரும் பொழுது தங்கை காதலனுடன் சந்தோஷமாய் முத்த காட்சியில் இணைவதைப் பார்த்து தான் இப்படி ஒரு அசுர தாண்டவம் ஆடிவிட்டாள் என்பதைப் புரிந்து கொண்ட ஜீவனின் மனம் பெரிதாய் அடிபட்டு போனது.

நிலா: "விடு ஜீவா... இதுக்கு நீ என்ன பண்ணுவ! நீ எனக்காக தானே இதெல்லாம் பண்ண... உன் மேல எந்த தப்பும் இல்ல. சரி நீ கிளம்பு. நா பாத்துக்குறேன். என் அக்காவோட கோவம் எல்லாம் ஒரு நாள் கூட நிக்காது...!"

பொய்யான புன்னகையை வரவழைத்து அவள் சொல்ல, ஜீவனுக்கு தெரியாதா அவனின் வெண்ணிலாவைப் பற்றி! இருந்தும் இதற்கு மேல் அவளை வற்புறுத்த விரும்பவில்லை அவன். இத்தனை நடந்த பிறகும் தமக்கை மீது இருக்கும் பாசம் கண்டு உண்மையில் வியந்து தான் போனான் அவன்.

ஜீவன்: “சரி... நீ careful ஆ இரு என்ன...! எதுவாயிருந்தாலும் எனக்கு கால் பண்ணு. நைட் ஆயிடுச்சே! தொந்தரவா இருக்குமோ ன்னு எல்லாம் யோசிக்க கூடாது சரியா!”

கிளிப்பிள்ளைக்கு சொல்வது போல் சொன்னவன் அவளின் சிகையை வருடிவிட்டு வெளியேற, போகும் வரை அவனையே ஏக்கமாய் பார்த்துக் கொண்டிருந்தவள் தன் அறைக்குள் சென்று அழ ஆரம்பித்தாள்.

உள்ளே அறைக்குள் வரும் வரை தான் வைஷாலிக்கு விஷயங்கள் தெரியும். அதற்கு பின்னர் நிலா பேசியதை எல்லாம் அவள் அறியவில்லை. இந்த நொடி அவளைப் பொருத்தவரை, நிலா தான் இந்த உலகிலேயே தன்னலம் பிடித்த ஒரு ஜீவன்.

மனதைப் போட்டு பிசைந்து கொண்டிருந்த காயங்களை எப்படி ஆற்றுவது என்று தெரியாமல் விழிகளை அங்கும் இங்கும் சுழல விட்டு தன்னை ஒருநிலைப்படுத்த முயன்ற அவளின் விழிகளில் வந்து சிக்கியது அங்கிருந்த ஒரு file...

வைஷாலி: “இது என்ன...! நா போகும் போது இருக்கலையே! அவ தான் இங்க வச்சிருப்பா”

தனக்குள் ஒரு முடிவுக்கு வந்தவள் அந்த file ஐ புரட்ட, அதற்குள் இருந்தது வைஷாலியின் resume உம், job appointment letter உம் தான். ஏதோ ஒரு பிரபலமான supermarket இல் வேலை என்பது மட்டும் தான் அப்போது அவளுக்கு புரிந்த விடயம்.

வைஷாலி: "பேசாம நாளைக்கு வேலைக்கு போகலாம். அங்க போனா கொஞ்சம் மனசு ஆறும். இந்த வீட்டுக்குள்ளயே இருந்தா அவ்வளவு தான். பைத்தியம் பிடிச்சு நான் செத்துப் போக வேண்டி இருக்கும்! முதல் மாச சம்பளம் வந்ததும் மொதல்ல இங்க இருந்து கிளம்பனும்... யசோதா அக்கா சொன்ன வீட்டுல தங்கிக்கிறது தான் சரியா இருக்கும்"

வேகமாய் தனக்குள் ஒரு திட்டத்தை வகுத்தாள். நாளை விடியல் எப்படி இருக்கும் என்று தெரியாது. ஆனாலும் அதை நம்பினாள். ஏதாவது ஒரு அதிசயம் நடந்து விடாதா எனும் ஏக்கமாக கூட அது இருக்கலாம்.

ஒரு அறையில் அக்காக்காரி தீர்க்கமான முடிவில் இருக்க, மறு அறையில் தங்கை அழுதே கண்ணீரில் கரைந்தாள்.

அதே மற்றொரு முனையில் தன் பல்கணியில் நின்று கொண்டு சிகரட்டை ஊதி தள்ளிக் கொண்டிருந்தான் ஆதித்யா எனும் ஆதி. அவனுடைய கரங்களில் வைஷாலியின் புகைப்படம் இருக்க, அவனால் அதை விட்டு தன் பார்வையை அகற்ற முடியவில்லை.

ஆதித்யா: "என்ன கொல்ற டி நீ... கூடிய சீக்கிரமே நீ எனக்கு கிடைச்சே ஆகணும். என்னால இதுக்கு மேல wait பண்ண முடியாது! நீயே என்கிட்ட வருவ வைஷாலி. நா வர வைப்பேன்! உன்ன அணு அணுவா என் பக்கத்துல வச்சு ரசிப்பேன். நீ எனக்கே எனக்கா என் கூட இருக்கணும். இதுக்கு நடுவுல யார் வந்தாலும் இந்த ஆதித்யா அவங்கள சும்மா விட மாட்டான்...!"

அவனுக்கு அத்தனை பிடித்திருந்தது வைஷாலியை. அவளின் பயந்த சுபாவமும், மருண்ட விழிகளும் ஆதித்யாவுக்குள் இன்னும் இன்னும் ஆர்வத்தை தூண்டி விட, அப்படி ஒரு பெண்ணை ருசிப்பதில் அலாதி பிரியம் அவனுக்கு. ஆயிரம் பெண்களை பார்த்திருப்பான். அத்தனை பேரும் அவனிடம் இருக்கும் பணத்திற்காக வரிந்து கட்டிக்கொண்டு மடியிலே வந்து அமர்ந்து விடுவர். ஆனால் வைஷாலி அப்படியல்ல. கைப்படாத பால். அதன் முதல் ருசி தனக்கு வேண்டும் என்று நினைத்தான் ஆதித்யா.

ஆதித்யா: "என் செல்லக்குட்டி எப்போ இங்க வருவா! எப்போ என் bed அ சூடாக்குவா?"

தனக்கு பின்னால் வெறுமையாய் கிடந்த கட்டிலைப் பார்த்து சற்று சத்தமாகவே அவன் முணுமுணுக்க, இதை அவனுக்கே தெரியாமல் இரண்டு செவிகள் கேட்டுக் கொண்டிருந்தன.

❀ ❀ ❀

அருண்: "ஒருத்தரும் வரல. சும்மா பூச்சாண்டி காட்டிட்டு இருக்கானுங்க. ச்சே...! இது தெரியாம தேவையில்லாம இவள போட்டு அடிச்சிட்டேன். இன்னைக்கு வேற பொண்ணுங்க யாரும் வர மாட்டேங்குறாங்க! இப்ப போய் இவள படுக்க கூப்பிட்டா, காரி துப்பிடுவாளே!"

தனக்குள் பேசியபடி அறையில் அங்கும் இங்கும் அருண் அலைந்து கொண்டிருக்க, கடைசியாக அவன் தன் ராட்சத முகத்தை காட்டிய பிறகு க்ரிஷிகாவும்,

திவ்யாவும் அந்த அரை பக்கம் தலை வைத்து கூட படுக்கவில்லை.

க்ரிஷிகாவுக்கு தன் பழைய ஆசிரம வாழ்க்கை தேவைப்பட்டது. திவ்யாவுக்கு இது என்ன வாழ்க்கை என்று தோன்றியது! உண்மையிலேயே குழந்தை என்று ஒன்றை தத்தெடுக்காமல் இருந்திருந்தால் கொஞ்சமாவது அவனுக்கும் அவளுக்கும் நடுவில் பிரச்சனைகள் வராமல் இருந்திருக்குமோ என்று இப்பொழுது தான் சிந்திக்கிறாள்.

க்ரிஷிகா: "வலிக்குதா...?"

அருண் அடித்த கன்னத்தில் லேசாய் அவள் தடவி விட,

திவ்யா: "உன்ன இங்க இருந்து அனுப்புறேன். பேசாம எங்கேயாச்சும் போயிட்றியா க்ரிஷிகா?"

அம்மா ஸ்தானத்தில் இருக்க வேண்டியவள் கேட்ட கேள்வியில் அடிபட்ட பார்வை பார்த்தாள் சிறு பெண் அவள்.

திவ்யா: "என்னால உனக்கு ஒரு நல்ல அம்மாவா இருக்க முடியாது. உன்னாலையும் எங்களுக்கு ஒரு நல்ல பொண்ணா இருக்க முடியாது. இந்த ஜென்மத்துல உனக்கு அம்மா அப்பா இல்ல. எங்களுக்கு குழந்தை இல்ல ன்னு எழுதி வெச்சிருக்கு போல!"

விரக்தியாய் சொன்னவளின் வார்த்தைகள் அந்த பிஞ்சு மனதை குத்திக் கிழிக்கிறது என்பதை பொருட்படுத்தவில்லை. தன் பாட்டுக்கு திவ்யா பேசிக்

கொண்டே போக, தட்டு தடுமாறி எழுந்து நின்றாள் க்ரிஷிகா.

அவள் எடுக்கப் போகும் முடிவுக்கு இனி அவளே சாட்சி...

❀ ❀ ❀

18

வைஷாலியின் அதிரடி வருகை

அருண் வீட்டு calling Bell ஐ பலமுறை அழுத்தி விட்டாள் வைஷாலி.

வைஷாலி: "என்ன இது... இந்த இடம் தானே சொன்னாங்க! அவர் கொடுத்த visiting card லயும் home address இங்க தானே போட்டு இருக்கு!"

அருண் கொடுத்த visiting card ஐ திருப்பி திருப்பி பார்த்தபடியே சிந்தித்தாள்.

வைஷாலி: "ச்சே...! மேரி சிஸ்டர் வேற கண்டிப்பா நா போய் பாக்கணும்னு Mail பண்ணி இருந்தாங்களே! க்ரிஷிய நா Party ல பாத்த விஷயத்த நா மேரி சிஸ்டர் கிட்ட சொல்லல. Then, யாரு சொல்லி இருப்பா?"

வெகுவாய் சிந்தித்தவள் திரும்பி செல்லலாம் என பாதடிகளை திருப்ப, சரியாக அந்நேரம் திறந்து கொண்டது வீட்டின் கதவு.

திவ்யா: "நீங்க.......!!!"

வைஷாலியை பார்த்ததும் அவளுக்கு புரிந்து விட்டது. Party யில் சந்தித்த ஆசிரமத்திற்கு தொடர்புடைய

பெண் தான் வந்திருக்கிறாள் என்று. ஆனாலும் ஏனோ நடித்தாள்.

வைஷாலி: "ஹாய்... நான் வைஷாலி. அன்னைக்கு Party ல meet பண்ணோமே? க்ரிஷி கூட என்ன வந்து கட்டிப்பிடிச்சுகிட்டா! நீங்க கூட எனக்கு இந்த visiting card அ கொடுத்தீங்களே?"

அவள் ஒவ்வொரு துணுக்கையும் அடுத்தடுத்து சொல்ல, இனி ஞாபகம் இல்லை என்று சொன்னால் பொய் என புரிந்துவிடும் என்று பயந்தவள் முகத்தில் ஒரு பிரகாசத்தைக் காட்டினாள்.

திவ்யா: "ஹா... நீங்களா!! வாங்க வாங்க... உள்ள வாங்க...!"

வரவழைக்கப்பட்ட புன்னகையோடு கஷ்டப்பட்டு வானியை உள்ளே அழைத்தாள்.

வைஷாலி: "வீடு ஏன் இப்டி இருக்கு!"

ஒரு நொடி வைஷாலியின் முகம் அஷ்ட கோணலாய் மாறியது. வைஷாலி வருவாள் என்று தெரியாமல் இருக்க, இது குறித்து அவர்கள் சிந்திக்கவில்லை.

திவ்யா: "ஹா ஹா... அதுவா...!! அது ஒன்னும் இல்லங்க... இந்த வாலு பொண்ணு பண்ற சேட்டை தான் இதெல்லாம். ஒரு பொருள ஒரு இடத்துல வைக்க விட மாட்டா. வீடு முழுசும் ரெண்டாகிட்டு தான் அவ room குள்ள போவா...!!"

என்று சமாளிக்க, இத்தனை நேரம் சாதாரணமாய் இருந்த வைஷாலியின் புருவ முடிச்சுகள் இணைந்தன.

வைஷாலி (mind voice): "இதெல்லாம் நம்பற மாதிரி இல்லையே…!!"

திவ்யா: "என்னங்க திடீர்னு சைலன்ட் ஆகிட்டீங்க?"

வைஷாலியின் மௌனம் இன்னும் பயத்தை கிளறி விட்டது அவளுக்குள்.

வைஷாலி: "நீங்க என்ன சொல்றீங்க! க்ரிஷி கலகலப்பா இருப்பா தான். ஆனா ரொம்பவுமே பொறுப்பான பொண்ணாச்சே! ஆசிரமத்துல இருக்குற அந்த சின்ன இடத்தையே பாத்து பாத்து சுத்தமா வச்சிப்பா. நீங்க தலைகீழா சொல்றீங்க! அது தான் திங்க் பண்ணிட்டு இருந்தேன்"

வெளிப்படையாகவே அவள் கேட்க, அதீத நடிப்பை போட்டு விட்டோமோ என்று ஒரு நொடி அதிர்ந்த திவ்யா,

திவ்யா: "அது வந்து… ஆசிரமத்துல எப்பவுமே ஸ்ட்ரிக்ட் ரூல்ஸ் இருந்துகிட்டே இருக்கும். அதனால குழந்தைங்க இந்த மாதிரி தான் இருக்கணும்னு ஒரு வரையறை இருக்கும். ஆனா இங்க அப்டி இல்ல. அவளுக்கு புடிச்ச மாதிரி இருப்பா. அவளுக்கு அவ்ளோ ஃப்ரீடம் கொடுத்திருக்கோம். அதனாலயோ என்னவோ! அவளுக்குள்ள இருக்குற குழந்தைத் தனம் எல்லாம் இப்ப தான் வெளிய வருது போல!"

அப்பட்டமாய் ஒரு பொய்யை அவள் அடித்துவிட, வைஷாலியும் சற்று சிந்தித்தாள்.

வைஷாலி: “ம்... அப்டியும் இருக்கலாம். ஆக மொத்தத்துல எங்க க்ரிஷி உங்ககிட்ட சந்தோஷமா இருக்கா. எங்களுக்கு அது போதும்ங்க...! சரி அவ எங்க இப்போ?”

வைஷாலி கேட்க, கையை பிசைந்தாள் திவ்யா. ஒரு நொடி நேற்று இரவு நடந்தது அவளின் மணக்கண் முன் வந்து போனது.

நேற்று இரவு...

க்ரிஷிகா: “நா யாருக்குமே பாரமா இருக்க விரும்பல. நா போயிட்றேன்!”

இந்த முறை அவள் அழுது ஆர்ப்பாட்டம் செய்யவில்லை. மௌனமாய் எழுந்தவள், தன்னுடைய எந்த உடைமைகளையும் எடுத்துக் கொள்ளாமல் வீட்டின் கதவை திறந்து கொண்டு வெளியே சென்றாள்.

இன்று...

வைஷாலி; “என்னங்க! இப்போ நீங்க சைலன்ட் ஆகிட்டீங்க?”

திவ்யா: “இல்ல... அது... அவ... அவங்க அப்பா கூட வெளிய போயிருக்கா. எப்போ திரும்பி வருவா ன்னு மனசுக்குள்ள டைம் கால்குலேட் பண்ணி பாத்துட்டு இருந்தேன்!”

வைஷாலி வாசல் கதவில் வந்து நின்று முதல் தடவை bell ஐ அழுத்திய போதே திவ்யா பார்த்து விட்டாள். அருணுக்கு அப்பொழுதே தகவலும் சொல்லிவிட்டாள்.

“எப்படியாச்சும் அந்த பொண்ண வீட்டுக்குள்ள கூப்டு வச்சு சமாளி. நான் குழந்தையோட வரேன்!” என்று அருண் கூறிய, நம்பிக்கை வார்த்தைகள் மட்டும் தான் அவளுக்குள் மீண்டும் மீண்டும் ஒலித்தன.

வைஷாலி கேட்கும் கேள்விகளுக்கு யோசித்து யோசித்து பதில் சொல்வதிலேயே திவ்யாவுக்கு பாதி உயிர் போய்விட, எப்படியாவது அருண் வெளியே சென்ற க்ரிஷிகாவை அழைத்து வந்து விட வேண்டும் என்று தனக்குள் கடவுளை வேண்டிக் கொண்டாள்.

வைஷாலி: “ம்…. அந்த அளவுக்கு fit ஆகிட்டாளா! சரி ஓகே… நா wait பண்ணி அவ வந்ததும் பாத்துட்டே போறேன்!”

Sofa வில் சாய்ந்து வைஷாலி அமர்ந்து கொள்ள, திவ்யாவுக்கு தான் பக்கென்றானது.

திவ்யா: “உங்களுக்கு லேட் ஆனா, நீங்க வேணும்னா போய்ட்டு இன்னொரு நாள் வாங்களேன். இல்ல ஏன் சொல்றேன் ன்னா, அப்பாவும் பொண்ணும் வெளிய போனா அவ்வளவு சீக்கிரம் வீட்டுக்கு வர மாட்டாங்க. ரொம்ப லேட் ஆகிடும். நான் கூட கால் பண்ணி பாத்தேன். ஆன்சர் பண்ணல!”

ஒருவேளை குழந்தை கிடைக்கவில்லை என்றால், இவர்களின் வாழ்க்கை இனி சிறையில் தான்.

வைஷாலி: “no problem ங்க.. நா இருக்கேன்!”

புன்னகையோடு அவள் சொல்ல,

திவ்யா: "சரி இருங்க நா உங்களுக்கு காஃபி போட்டு எடுத்துட்டு வரேன்!"

ஏதோ சமாளித்தவள், அடுக்கலைக்குள் வந்து அருளுக்கு தான் அழைப்பை ஏற்படுத்தி தள்ளினாள்.

❀ ❀ ❀

சம்பத்: "டேய் என்னடா சொல்ற? நிஜமாவா?"

அர்ஜுன்: "ஆமா டா... என்னோட கெஸ்ஸிங் சரியா இருந்தா இப்போ அந்த வீட்ல க்ரிஷிகா இல்ல!"

அவன் சொல்ல, நண்பர்கள் அத்தனை பேரும் அதிர்ந்து போனார்கள்.

அருந்ததி: "டேய் நீ சும்மா புரளிய கிளப்பி விட்டுட்டு இருக்காத. அந்த மாதிரி எல்லாம் எதுவும் இருக்காது. அடாப்ட் பண்ணிட்டு வந்த பொண்ண அந்த மாதிரி எல்லாம் விட முடியாது டா... சீரியஸ் கேசா மாறிடும். இது எல்லாம் தெரியாம அவங்க அடாப்ட் பண்ணிட்டு வந்திருக்க மாட்டாங்க. குழந்தையை அனுப்பும் போது எல்லாம் சொல்லித் தான் குடுத்திருப்பாங்க. நீ தேவையில்லாம பிரச்சனையை கிளப்புற...!"

தனக்குத் தெரிந்ததை வைத்து அவள் சொல்ல, அதை ஏற்றுக்கொள்ளும் மனநிலையில் அர்ஜுன் இல்லை.

ஆத்விக்: "ஆமா டா... எனக்கும் அப்டி தான் தோணுது...!"

அப்போதும் இல்லை என்றான் அர்ஜுன்.

கங்கா; ",நீ எப்டி இவ்வளவு ஸ்ட்ராங்கா சொல்ற?"

நண்பனுக்கு உதவ வேண்டும் என்று தான் அவர்களும் நினைக்கிறார்கள். ஆனாலும் ஆதாரம் இல்லாத ஒன்றில் என்ன தான் செய்துவிட முடியும்? அதுவும் பாடசாலை செல்லும் பிள்ளைகளாக இருந்து கொண்டு!!

அர்ஜூன்: "அவங்க வீட்ல மெதுவா பேசுற பழக்கமே இல்ல யாருக்கும். ரெண்டு பேரும் கத்தி கத்தி தான் பேசுவாங்க. மேபி சண்டை போட்டுக்குறாங்களா இருக்கும். அந்த வீட்டோட door ல உள்ள key hole ல காத வச்சி கேட்டா, எல்லாமே கேக்கும். அதே மாதிரி தான் நேத்தும் கேட்டேன்...!"

ஆத்விக்: "ஒட்டு கேட்டியா டா...?"

அவன் சட்டென்று கேட்க அவனை ஏகத்துக்கும் முறைத்து வைத்தான் அர்ஜூன்.

சம்பத்: "அவன பேச விடு டா...!"

சற்றே அதட்ட ஆத்விக் அமைதியானான்.

அர்ஜூன்: "அந்த சனியன் போய் தொலையட்டும். நா எதுக்காக போய்ட்டு தேடனும். அதுவாவே போயிடுச்சு ன்னு இனி நா சந்தோஷமா இருக்கப் போறேன்னு அந்த எருமை மாட்டு தலையன் சொல்லிட்டு இருந்தான் டா... நல்லா தடி மாடு மாதிரி தின்னு தின்னு வளந்திருக்கானே தவிர, மண்டைக்குள்ள மூளை ன்னு ஒன்னு அவனுக்கு இல்லவே இல்ல!"

வந்த கோபத்தில் அருணை போட்டு திட்டினான் அர்ஜூன்.

கங்கா: "So, என்னவோ பண்ணி அந்த பொண்ண வீட்ட விட்டு அனுப்பிட்டாங்க ன்னு நீ சந்தேகப்படுற! அப்டி தானே?"

சந்தேகமாய் அவள் கேட்க,

அர்ஜுன்: "டவுட் எல்லாம் இல்ல. I am damn sure... அவங்க அவள அனுப்பிட்டாங்க. அவ எங்க போனா, என்ன ஆனா ன்னு தெரியாம நைட் பூரா நா தூங்கல. மனசெல்லாம் ஒரு மாதிரியா இருக்கு!"

உண்மையில் வருத்தம் கொண்டான்.

அருந்ததி: "நீ கவலைப்படாத. நாம கொஞ்சம் விட்டு பிடிக்கலாம். நீ இன்னும் ஒரு நாள் பாரு. அந்த வீட்டுக்குள்ள க்ரிஷிகா பேசுற சத்தம் எதுவும் கேக்கல ன்னா, நாம நெக்ஸ்ட் என்ன பண்ணலாம் ன்னு think பண்ணலாம் டா...!"

எதையும் முழுமையாக ஆராயாமல் சென்று நண்பனுக்கு ஏதாவது ஆபத்து விளைந்து விடுமோ என்று சிந்தித்து இவ்விதம் கூறினாள் அவள்.

அர்ஜுனுக்கு அதை ஏற்க சம்மதம் இல்லை என்றாலும், அவனுக்கும் வேறு வழியில்லை. அரை மனதாக சரி என்று தலை அசைத்து வைத்தான்.

இங்கு வீட்டில் காத்திருந்த வைஷாலிக்கு இனியும் அவர்கள் வருவார்கள் என்று நம்பிக்கையே இல்லை. உண்மையில் திவ்யா சொன்னது போல நன்றாக நேரம் தாமதமாகும் என்று நினைத்தவள் இன்னொரு நாள் வரலாம் என்று முடிவெடுத்தாள்.

வைஷாலி: “ஓகேங்க... இது தான் என் நம்பர். அவங்க வந்தா ஃபோன் பண்ணுங்க. எனக்கு work இருக்கு. அத முடிச்சிட்டு வரேன்!”

திவ்யாவின் பக்கம் அவள் தன் அலைபேசி இலக்கத்தை எழுதி நீட்ட, திவ்யாவின் வயிற்றில் பாலை வார்த்தது போல இருந்தது.

திவ்யா: “சாரி ங்க... நீங்க முன்னாடியே சொல்லி இருந்தா, கொஞ்சம் வீட்லயே அவங்கள இருக்க சொல்லி இருப்பேன். இப்ப இந்த நேரம் பார்த்து வெளியே போயிட்டாங்க!”

நல்லவள் போல நடித்தாள்.

வைஷாலி: “இட்ஸ் ஓகே ங்க... உங்கள பாத்தாலே தெரியுது. அவ கண்டிப்பா சந்தோஷமா தான் இருப்பா உங்க கூட.. நா இன்னொரு நாள் வந்து பாக்குறேன்..!”

என்று விட்டு வைஷாலி செல்ல, கதவை மூடிவிட்டு ஒரு பெருமூச்சு விட்ட திவ்யா அருணுக்கு தான் அழைத்தாள்.

❀ ❀ ❀

19

வைஷாலிக்கு காத்திருந்த அதிர்ச்சி

வைஷாலி வெளியே சென்ற சிறிது நேரத்திற்குள் க்ரிஷிகாவுடன் வந்து சேர்ந்தான் வினோத்.

திவ்யா: "கெடச்சிட்டாளா? எங்க இருந்தா?"

அப்போது தான் அவளுக்கு மூச்சே வந்தது.

அருண்: "இந்த சனியன பாத்த இடத்துலயே அடிச்சு கொல்லனும் போல இருந்துச்சு... ச்சே...!! கொஞ்ச நேரத்துல நம்மள Jail ல தள்ளி இருப்பா"

அத்தனை கோபம் அவனுக்குள்.

திவ்யா: "ஏய் எங்க டி போன?"

சிறைச்சாலை என்றதும் அவளும் சேர்ந்து கத்தினாள்.

க்ரிஷிகா: "நீங்.. நீங்க தானே எங்கயாவது போக சொன்னீங்க?"

குழந்தைக்கு மனமெல்லாம் வலித்தது.

திவ்யா: "வாய மூடு... எங்க போன? அத முதல்ல சொல்லு!"

பயங்கரமாய் அதட்ட, க்ரிஷிகாவின் விழி ரெண்டும் கலங்கிப் போனது.

அருண்: "யாரோ கூப்பிட்டாங்க ன்னு அவங்க கூட போயிருக்கா!"

அவன் சொன்ன அடுத்த கணம், க்ரிஷிகாவின் கன்னத்திலே ஒரு அரை விட்டாள் திவ்யா.

திவ்யா: "உனக்கு என்ன பைத்தியம் பிடிச்சிருக்கா? இப்டியா யாரோ ஒருத்தர் கூப்பிட்டாங்கன்னு அவங்க கூட போவாங்க?"

அவன் திட்ட கலங்கிப் போனாள் அவள்.

திவ்யா: "இத கூடவா உன் ஆஷ்ரமத்துல உனக்கு சொல்லி தரல?"

மீண்டும் அடிக்க, அந்த வலியெல்லாம் அவளுக்குள் எழுந்த மன வலியை விட சற்று குறைவு தான்.

க்ரிஷிகா: "எனக்கு ரொம்ப பசி... என்ன பண்றது ன்னு தெரில... அந்த time ல தான் அவங்க வந்து கூப்பிட்டாங்க. ரொம்ப நல்லவங்களா இருந்தாங்க. அது தான் போனேன்!"

நடந்ததை அவள் சொல்ல, இருவருக்கும் இன்னும் ஆத்திரம் பெருக்கெடுத்தது.

திவ்யா: "நல்ல வேலை அந்த வைஷாலி போய்ட்டா. அவ வரும் போது இவ மட்டும் வந்து இந்த மாதிரி கதை எல்லாம் சொல்லி இருந்தா அவ்வளவு தான்..."

என்றவள் நுனியில் தப்பியதை நினைத்து தலையில் கை வைத்து அமர,

க்ரிஷிகா: “வைஷாலி அம்மா வந்தாங்களா!!!”

தன்னை மீறிய சந்தோஷத்தில் கேட்ட க்ரிஷிகாவை எரித்துப் பார்த்தாள் திவ்யா.

அருண்: “என்ன? சந்தோஷமா இருக்கா உனக்கு?”

தன் கரகரத்த குரலில் அவன் கேட்க,

திவ்யா: “இருக்காதா பின்ன!! நம்மள போட்டு குடுத்துட்டு, அவ கூடவே போயிடலாம் ன்னு கனவு கண்டுட்டு இருக்கா போல!”

சொன்னவள் அதே ஆத்திரத்தோடு எழுந்து வந்து இன்னொரு அறையை வைக்க, ஏற்கனவே பசியால் உண்டான உடல் களைப்போடு சேர்ந்து இதுவும் இணைந்து கொள்ள, அப்படியே மயக்கம் போட்டு விழுந்தாள் க்ரிஷிகா.

❀ ❀ ❀

மதிய நேரம் - துபாய் சூப்பர் மார்க்கெட்

வைஷாலி: “இந்த நிலா குடுத்த பில்டபுக்கு ஏதோ பெரிய வேலைன்னு ல நெனச்சு இந்தியா ல இருந்து வந்தேன்! ஆனா இது என்னவோ எடுபுடி வேலை போல இருக்கு. என்னவோ! திருப்பி இந்தியா போறதுக்கு flight ticket வாங்கணும் னாலும் கூட இப்ப நமக்கு பணம் வேணும்.

So, எந்த வேலையா இருந்தாலும் செஞ்சு தான் ஆகணும்!"

தனக்குள் எண்ணிக்கொண்டவள் அந்த இடத்தை சுற்றிப் பார்த்துக் கொண்டே உள்ளே சென்றாள். பற்பல ஒளி விளக்குகளோடு அத்தனை அழகாய் இருந்தது அந்த இடம். முதல் முறை பார்க்கிறாள் அல்லவா! ஆசையாய் இருந்தது அவளுக்கு.

வைஷாலி: "ஆயிரம் தான் இருந்தாலும், துபாய் ன்னா துபாய் தான்"

தன்னை மீறிய ஒரு புன்னகை அவளின் முகத்தில் இழையோட, அதை கலைப்பதற்கு என்றே ஒலித்தது அவளின் அலைபேசி.

வைஷாலி: "இந்த நேரத்துல யாரு மெசேஜ் பண்ணது…!!"

எடுத்துப் பார்க்க, அடிக்கடி வரும் அதே unknown number…

"you are a bloody idiot வைஷாலி… just get out of here"

அதை படித்த அடுத்த நொடி, அவளின் இதயம் படுவேகமாய் துடிக்க ஆரம்பித்தது.

வைஷாலி (mind voice): "get out of here ன்னா, அப்போ இந்த மெசேஜ் அனுப்புறவங்க என்ன பாத்துட்டு தான் இருக்காங்களா?"

அதிர்ந்து உணர்ந்தவள் தன்னை சுற்றி விழிகளை சுழல விட, சந்தேகம் படும்படியாக தன்னை யாரும் பார்ப்பது போல அவளுக்குத் தெரியவே இல்லை.

வைஷாலி: "யாரா இருக்கும்...! என்ன ஏது ன்னு சொல்லாம ஏன் இப்டி பண்றாங்க"

திரு திருவன விளித்தவளை அதீதமாய் பயம் ஆட்கொள்ள, பெருமூச்சுவிட்டு ஒரு பக்கம் திரும்பியவளின் மூச்சு அப்படியே நின்றுவிடும் அளவுக்கு ஒரு முகம் அவளை முட்டும் அளவுக்கு நெருங்கி நின்றது.

வைஷாலி: "ஐயோ கடவுளே...!"

கையில் இருந்த மொத்த பொருட்களையும் கீழே தவற விட, அந்த முகமோ அவளைப் பார்த்து மொத்த பற்களும் தெரிய சிரித்துக் கொண்டே நின்றது.

வைஷாலி: "ஏன் எங்க போனாலும் என்ன follow பண்ணிட்டு வர்றீங்க!"

பயத்தை மறைத்துக் கொண்டு கத்தினாள்.

ஆதித்யா: "ம்... நா வராம? வேற யாரு வருவாங்க டார்லிங்!!"

வாயில் இருந்த சுவிங்கத்தை மென்று கொண்டே ஒரு மாதிரி குரலில் அவன் கேட்க, பலமாய் மூச்சு வாங்கியது அவளுக்கு.

வைஷாலி: "இது எல்லாம் ரொம்ப தப்பு ங்க... தள்ளிப் போங்க. எனக்கு நிறைய வேலை இருக்கு...!"

அவனைக் கடந்து செல்ல போனவளை மீண்டும் வழி மறித்து நின்றான்.

ஆதித்யா: "எனக்கு ஒரு பதில் சொல்லிட்டு போடி என் அழகு ராணி!"

உரிமை எடுத்து அவன் பேச, உடல் முழுவதும் ஒருவித அருவருப்பு பரவியது வைஷாலிக்கு.

வைஷாலி: "தேவையில்லாம பேசாதீங்க! எனக்கும் உங்களுக்கும் எந்த சம்பந்தமும் இல்லை..!"

அவனைக் கண்டாலே பற்றி கொண்டு வந்தது அவளுக்கு.

ஆதித்யா: "ம்ச்... இப்டி சொன்னா நாம எப்டி love பண்றது? கல்யாணம் பண்றது? அப்றம் குழந்தை...!"

என்றவன் ஒரு மாதிரியாய் அவளை நெருங்க, அவனை ஓங்கி அறையப் போனவள் அந்த நொடியும் ஒருவித பயத்தில் கரத்தை பின்னே இழுத்துக் கொண்டாள்.

வைஷாலி: "இங்க பாருங்க... வீணா என்னை அடிக்க வைக்காதீங்க. அப்புறம் எல்லார் முன்னாடியும் உங்களுக்கு தான் அசிங்கமாயிடும். என்ன விடுங்க. ச்சீ...!"

தன் கையில் இருந்த குடையால் சற்று அழுத்தி அவனை தள்ளி விட்டவள், மறந்தும் கூட தன் வெறும் கையால் அவனை தொட்டுவிடவில்லை.

வைஷாலி: "எவ்ளோ அழகா தொடங்கிச்சு இந்த நாள். இப்டி நாசம் பண்ணிட்டானே! ச்சே...!"

தனக்குள் முணுமுணுத்தவள், தான் வேலை செய்ய வேண்டிய இடத்திற்கு விரைந்தாள். அங்கும்

அவளுக்கென்று காத்திருக்கும் அதிர்ச்சியை முன்பே அறிந்திருந்தால் அங்கு சென்றிருக்க மாட்டாளோ என்னவோ!

❀ ❀ ❀

பிரபு: "ஐயோ எனக்கு மண்டை காயுது!"

தலையைப் பிடித்துக் கொண்டு ஆதித்யாவை முறைத்து தள்ளிக்கொண்டிருந்தான்.

ஆதித்யா: "என்னடா... என்னவோ உன் சொந்த தங்கச்சிய நா இப்டி பண்ற மாதிரி ஓவரா பண்ற!"

தன்னுடைய நண்பன் இந்த விஷயத்தில் தன்னை தடுப்பது அவனுக்கு பிடிக்கவில்லை.

பிரபு: "என் தங்கச்சி இல்ல ன்னா, நீ பண்ற தப்ப நா சொல்ல கூடாதா?"

கோபத்தில் அவன் பற்களை கடிக்க,

ஆதித்யா: "இருந்தாலும் this is too much மச்சான். I'll take care of her. எனக்கு நல்லா புடிச்சு போச்சு ன்னா, நீ சொல்ற மாதிரி கண்டிப்பா அவள கல்யாணம் கட்டிக்கிறேன் ok வா...?"

அப்போதைக்கு சமாதானம் சொன்னான்.

பிரபு: "இந்த வாயால வடை சுடுற வேலை எல்லாம் என்கிட்ட வச்சுக்காத. உன்னால எப்பவுமே ஒரு பொண்ணு கூட சந்தோஷமா இருக்கவே முடியாது.

டெய்லி ஒரு பொண்ணு ன்ற mindset ல நீ எப்பவோ fix ஆகிட்ட. திடீர்னு எல்லாம் யாராலயும் திருந்த முடியாது! And moreover உன்ன திருத்தவும் முடியாது"

இத்தனை வருட பழக்கத்தில் நண்பனை சரியாக கனித்து வைத்திருந்தான்.

ஆதித்யா: "எனக்கு நிஜமாவே வைஷாலிய பிடிச்சிருக்கு...!"

அவன் சொல்ல, வேகமாய் ஆதித்யாவின் அருகே வந்தான் பிரபு.

பிரபு: "உன்கிட்ட சொல்ல வேணாம்னு தான் இருந்தேன். ஆனா நீயே சொல்ல வச்சுடுவ போல. வைஷாலி உண்மைலயே ஒரு gang rape victim. அவள உன் பொண்டாட்டியா நீ ஏத்துக்குவியா? இத நான் நம்பனுமா?"

அதிரடியாய் அவன் கேட்க, அதிர்ந்து போனான் ஆதித்யா.

ஆதித்யா: "டேய் என்னடா என்னென்னமோ சொல்ற?"

பிரபு: "ஆமா சொல்லு... அவள கல்யாணம் பண்ணிக்க உனக்கு சம்மதமா?"

அவன் விடுவதாய் இல்லை.

ஆதித்யா: "உனக்கு என்ன கிறுக்கு பிடிச்சிருக்கா? என்னோட ரேஞ்ச் என்னன்னு உனக்கு தெரியாதா? அது எப்படி முடியும்?"

அடுத்தடுத்து கேள்விகளை அடிக்க, நண்பனையே உற்றுப் பார்த்துக் கொண்டிருந்த பிரபு பயங்கரமாய் சிரித்தான்.

பிரபு: “பாத்தியா… அவள பத்தி இல்லாத ஒரு நெகட்டிவ் பாயிண்ட்ட உன்கிட்ட நான் சொன்னதுக்கு அப்புறம் அவ உனக்கு வேணாம் அப்படின்ற லெவெல்க்கு நீ யோசிக்க ஆரம்பிச்சுட்ட. அப்டி இருக்கிற நீ அவளை கல்யாணம் பண்ணிக்குவ ன்னு எதை வச்சு நம்ப சொல்ற?”

சரியாய் காய் நகர்த்த, அருகில் இருந்த file ஐ தூக்கி பிரகாஷின் முகத்தில் அடித்தான் ஆதித்யா.

ஆதித்யா: “பொய் சொன்னியா டா கிறுக்கு பிடிச்சவனே!”

பிரபு: “ஆமா பொய் தான் சொன்னேன். அவள விட்டுடு. உன் விளையாட்டுக்கு அப்பாவி பொண்ண பலி ஆக்காத!”

ஒருவித எரிச்சலில் சொன்னவன், ஆதித்யாவயே பார்த்து நிற்க,

ஆதித்யா: “முடியாது… இப்ப கூட அவள தான் பாத்துட்டு வரேன். போகப் போக அவளுக்கு என்ன பிடிச்சிடும். எனக்கு அவ வேணும். அவ்ளோ தான். நான் ஆசைப்பட்ட எதுவும் இது வரைக்கும் எனக்கு கிடைக்காம இருந்ததே இல்ல. அது எப்டி இவள மட்டும் நா விட்டுடுவேன்? என்னோட கேரக்டர் தெரிஞ்சே

என்ன திருத்த ட்ரை பண்ணாத பிரபு. அது உன்னால மட்டும் இல்ல யாராலயும் முடியாது...!"

விடாப்பிடியாய் நின்றவனை என்ன செய்தால் தகும் என்பதைப் போல் பார்த்து மானசீகமாய் தலையிலே அடித்துக் கொண்டான் பிரபு.

ஆதித்யா: "என்ன லுக்கு...! வெளிய போயி என் ஆளு இருந்தா கூட்டிட்டு வா!"

கட்டளையாய் அவன் சொல்ல, தனக்குள் எழுந்த அதீத அருவருப்பை இழுத்துப் பிடித்தவன் வேறு வழியே இல்லாமல் கதவை திறந்து கொண்டு வெளியே சென்றான்.

அங்கு தான் வைஷாலி அமர்ந்து கொண்டிருந்தாள். அவளைப் பார்க்கவே பாவமாய் இருந்தது அவனுக்கு. இருந்தும் என்ன செய்திட முடியும்! அவள் அருகே சென்றான்.

பிரபு: "மேடம் உங்கள Sir கூப்பிடுறாரு!"

ஏதோ யோசனையில் இருந்தவள் file ஐ தூக்கிக் கொண்டு manager இன் அறைக்குள் நுழைய, அங்கு அவளுக்காகவே காத்திருந்த ஆதித்யாவை கண்டு அதிர்ந்து போனாள்.

❀ ❀ ❀

20

துளிரும் நம்பிக்கை

சில நாட்களுக்கு பிறகு...

காலை நேரம்...

மாயா: "அந்த டிரஸ் உனக்கு நல்லா இருந்துச்சு...!"

வைஷாலி: "நல்லா இருந்தா போதுமா? வாங்க காசு வேணும் ல?"

தன் பக்கம் நியாயத்தை சொன்னவளை முறைத்து தள்ளினாள் மாயா.

மாயா: "காசு நான் தரேன்னு தானே சொன்னேன்! வாங்கிக்கிட்டா என்னவாம் உனக்கு?"

வைஷாலி: "சும்மா வாய மூடிட்டு வா. இப்போ டிரஸ் எல்லாம் எதுக்கு எனக்கு?"

இத்தனை நாட்கள் கடந்த பின்னும் வைஷாலியை மாயாவால் புரிந்து கொள்ளவே முடியவில்லை. அன்றும் அப்படித்தான். புரியாத புதிராய் இருந்தவளை வியந்து பார்த்தபடி வந்து கொண்டிருக்க, சட்டென்று நின்றன வைஷாலியின் நடை...

மாயா: “இங்கே எதுக்கு நின்னுட்ட? நிக்க வேண்டிய இடத்துல நிக்காம, உன்ன புரிஞ்சிக்கவே முடியல வைஷாலி”

கேட்டுக் கொண்டே வைஷாலியின் விழிகள் சென்ற திசை பார்க்க, அங்கு ஒரு பெண் வைஷாலியை எரிச்சல் மண்டிய பார்வை பார்த்துக் கொண்டிருந்தாள்.

மாயா: “யாரு வைஷாலி அவ? உன்ன எதுக்கு முறைக்கிறா?”

அவள் கேட்க வைஷாலியிடம் பதில் இல்லை.

மாயா: “ஏம்மா பொண்ணு.. உனக்கு என்ன வேணும்?”

எதிரில் நின்றவளை அதட்டினாள். ஆனால் அந்த பெண்ணும் பதில் கூறாமல், அவளையும் முறைத்தபடி நின்றாள்.

மாயா: “வைஷாலி... உன்கிட்ட தான் கேக்குறேன்... யாரு அவ?”

வைஷாலியிடம் கேட்ட அடுத்த நொடி, ஏதேதோ எண்ணங்கள் எல்லாம் வைஷாலியின் தலைக்குள் புகுந்து பேயாட்டம் போட, அடுத்த கணம் மயங்கி நிலத்தில் சரிந்தாள்.

மாயா: “வைஷாலி... வைஷாலி உனக்கு என்ன ஆச்சு?”

கேட்டுக்கொண்டே அவள் கன்னத்தில் தட்ட, அங்கு நின்ற பெண்ணோ மாயமாய் மறைந்து போயிருந்தாள்.

மாயாவுக்கு அந்த நொடி எதுவுமே புரியவில்லை. இப்போது மனதிற்குள் தோன்றியது எல்லாம்

வைஷாலியை காப்பாற்ற வேண்டும் என்பது மட்டும் தான்.

சிறிது நேரத்திற்குள் எல்லாம், Ambulance சத்தம் ஒலிக்க, இருவரும் வைத்தியசாலைக்கு அழைத்துச் செல்லப்பட்டனர்.

மதிய நேரம்....

வைஷாலி கண் விழிக்கும் பொழுது முதலில் கண்டது முகத்தை உர்ரென்று வைத்து தன்னை பார்த்துக் கொண்டிருக்கும் மாயாவை தான்.

வைஷாலி: “காலையில சாப்பிடல ல... அதான்! I am okay now”

மாயா கேட்காமலே பதில் வந்தது.

மாயா: “நீ ஆறு இட்லிய அமுக்குனத நா பாத்தேன். பொய் சொல்லாத! Who is she?”

சரியாய் கணித்து கேட்டாள்.

வைஷாலி: “யாரப் பத்தி கேக்குற மாயா?”

புரியாதது போல நடித்தாள்.

மாயா: “யாரப் பத்தி கேக்குறேன்னு உனக்கு நல்லாவே தெரியும். Just tell me the truth!!”

அவள் விடுவதாய் இல்லை. வைஷாலியை பற்றி இதுவரை ஒரு வார்த்தை கேட்டிராத மாயா இன்று தெரிந்து கொண்டே ஆக வேண்டும் என்கிற கட்டாயத்தில் அமர்ந்திருந்தாள்.

விழிகளை ஆழமாய் மூடி திறந்தாள் வைஷாலி. அவள் ஏதோ ஆழமான கதையை கூறப் போகிறாள் என்று புரிந்தது மாயாவுக்கு. மனதை திறப்படுத்திக் கொண்டு தயாரானாள்.

❀ ❀ ❀

வைஷாலி'ஸ் ரெண்ட் அபார்ட்மெண்ட் - ஈவினிங்

அவள் முகத்தில் இருப்பது சந்தோஷமா, தூக்கமா, வெறுமையா என்று யாராலும் பிரித்தறிந்து விட முடியாது. மாலை வானத்தை இமை மூடாமல் வெறித்துப் பார்த்துக் கொண்டிருந்தாள் வைஷாலி.

மாயா: "வைஷாலி.... அடியே....!!"

சட்டென்று தன் மீது பட்ட ஏதோ ஒன்று அவளின் கவனத்தை சிதறடித்தது. திரும்பிப் பார்த்தாள். மாயா தான் அருகில் வந்து அவளை அழைத்திருந்தாள்.

மாயா: "என்ன வைஷாலி இது...? கொஞ்ச நாளாவே நீ சரி இல்ல பாத்துக்க!"

அதட்டலாய் சொன்னவளை, வரவழைக்கப்பட்ட புன்னகையோடு பார்த்தாள் வைஷாலி.

வைஷாலி: "இப்போ என்ன ஆச்சு?"

மாயா: "அந்தப் பையன் உன்ன பாக்க வந்திருக்கான்...!"

தகவல் சொன்னவள் வாசல் புறம் கைகாட்டி விட்டு விலகி செல்ல, சற்றே எட்டிப் பார்த்தவள் அவனை

உள்ளே அழைக்காமல், அவள் வெளியே சென்று நின்றாள்.

வைஷாலி: "என்ன பாக்க வராதீங்க ன்னு நான் தான் உங்க கிட்ட சொன்னேன் ல ஜீவன்?"

அவனை நேராக பார்த்து சொன்னாள்.

ஜீவன்: "அதில்ல ங்க... உங்க அம்மா எங்க இருக்காங்க ன்னு எனக்கு தெரியும். ஒரு வழியா ஓரளவு கண்டு பிடிச்சிட்டேன். வெண்ணிலாவுக்கு இப்போ அதுல இன்ட்ரஸ்ட் இல்ல. ஆனா அவளுக்காக நான் தானே எல்லாத்தையும் பண்ணனும். Moreover, she is your mother. நீங்க மனசு வச்சா எனக்கு கொஞ்சம் help பண்ணலாம்...!"

அவன் கேட்பதில் தவறு ஒன்றுமில்லை.

வைஷாலி: "ஆயிரம் தான் இருந்தாலும் அவங்க என்னை வேணாம்னு தானே ஆசிரமத்துல விட்டுட்டு போனாங்க? So, அவங்கள கண்டு பிடிச்சு அவங்களுக்கு கஷ்டம் குடுக்க நா விரும்பல!"

சொன்னவளின் விழிகள் தாழ்ந்தன.

ஜீவன்: "ஆனா நீங்க வெண்ணிலா கூட ஆசிரமத்துல பேசிட்டு இருக்குறப்ப, நம்ம அம்மாவ கண்டிப்பா கண்டுபிடிச்சே ஆகணும்; அவங்க கிட்ட நிறைய கேள்விகள் கேட்கணும்னு அடிக்கடி சொல்லிட்டு இருப்பீங்கன்னு என்கிட்ட வெண்ணிலா சொல்லி இருக்கா...! இப்போ அந்த கேள்விகளுக்கு உங்களுக்கு பதில் வேணாமா?"

சரியாய் நங்கூரத்தைப் பாய்ச்சினான். வைஷாலி சிந்திக்கலானாள்.

ஜீவன்: "நீங்க உடனே பதில் சொல்லணும்னு எல்லாம் கட்டாயம் கிடையாது. நல்லா think பண்ணி பொறுமையா பதில் சொல்லுங்க. நான் இப்போ போய்ட்டு நாளைக்கு வரேன்..."

என்றவன் திரும்பி சென்று மீண்டும் அவள் அருகில் வந்தான்.

ஜீவன்: "one more request ங்க... நாம உங்க அம்மாவ தேடுற விஷயம் வெண்ணிலாவுக்கு தெரிய வேணாம். இது நா அவளுக்கு குடுக்கிற ஒரு சின்ன Gift ஆ இருக்கட்டும்...!"

புன்னகையோடு சொன்னவன் அங்கிருந்து சென்றான். மாயா ஏதோ தூரத்தில் இருந்து சில பல விஷயங்களை பார்த்துக் கொண்டு தான் இருந்தாள். ஆனால் வைஷாலி எப்பொழுதும் எதையும் அவளிடம் பகிர்ந்ததில்லை. அடுத்தவர்களின் தனிப்பட்ட விஷயங்களை மதிப்பதும் ஒரு வகை நற்குணம் தான். ஆனால் அது அனைவரிடமும் இருந்து விடுவதில்லை.

ஜீவன் சென்றதும் வைஷாலியின் அலைபேசி ஒலித்தது.

மாயா: "உன் மேரி சிஸ்டர் கால் பண்றாங்க...!!"

என்று அதையும் அவள் தான் எடுத்து வந்து கொடுத்தாள். அழைப்பை உயிர்பித்து காதில் வைத்தவள்,

வைஷாலி: "சொல்லுங்க சிஸ்டர்...!"

மேரி: “அந்த பொண்ணு விஷயம்…!”

அவர் முழுமையாய் சொல்லாமல் இழுக்க,

வைஷாலி: “இன்னைக்கு போய் பாக்குறேன் சிஸ்டர்…!”

உடனடியாய் வாக்கு கொடுத்தாள்.

மேரி: “உன்னை நான் ரொம்ப டிஸ்டர்ப் பண்றேனா வைஷாலி?”

அவருக்கே சங்கடமாய் இருந்ததோ என்னவோ! இவ்வாறு கேட்டு வைக்க,

வைஷாலி: “என்ன சிஸ்டர் பேச்சு இதெல்லாம்? நா அங்க தானே வளந்தேன். என் ஆசிரமத்துக்காக இது கூட பண்ண மாட்டேனா என்ன? நா பாத்துக்குறேன் சிஸ்டர்!”

முழு மனதோடு சொன்னவளை, மனதிற்குள்ளே ஆசீர்வதித்தார் மேரி. பேசி முடித்து அழைப்பை துண்டித்த வைஷாலி, மாயாவிடம் சொல்லிவிட்டு க்ரிஷிகாவைப் பார்க்க கிளம்பியவள், இந்த முறை சொல்லிவிட்டே சென்றாள்.

அருணின் வீட்டில்….

க்ரிஷிகா: “ப்ளீஸ் என்ன விட்டுடுங்க. நா வைஷாலி அம்மா கூடவே இந்தியா போயிட்றேனே!”

கைகூப்பி கெஞ்சிய குழந்தையை பார்க்க அவர்களுக்கு பாவமாய் இருக்கவில்லை.

காவியா: “ஆமா நீ ஜாலியா இந்தியா போவ. நாங்க ஜெயிலுக்கு போகணும்!”

அன்று அந்த அருண் அடித்த அடியை மறந்து விட்டாளோ! இவளால் எப்படி மீண்டும் அவனுக்கு ஆதரவாய் பேச முடிகிறது என்று புரியவில்லை க்ரிஷிகாவிற்கு.

க்ரிஷிகா: “சத்தியமா உங்கள பத்தி நா எதுவுமே சொல்ல மாட்டேன்...!”

எப்படி கூறினால் விடுவார்கள் என்று கூட புரியவில்லை அந்த சிறு பெண்ணுக்கு.

அருண்: “ஏய்.... ஒழுங்கா சொல்றத கேட்டு நாங்க சொல்ற மாதிரி பிஹேவ் பண்ணு. இல்லன்னா இன்னையோட நீயும் உன் வைஷாலி அம்மாவும் ஒரே time ல பரலோகம் போயிடுவீங்க. உன்ன பாக்க வந்த பாவத்துக்காக அவளும் செத்துப் போகணுமா? முடிவு உன் கையில தான் இருக்கு...!”

அரக்கனை போல மிரட்டினான். பாவம் சிறு பெண். அவளாலும் என்ன தான் செய்துவிட முடியும்? முட்டிக்கொண்டு வந்த அழுகையை தனக்குள் அடக்க பெரும் பாடுபட்டாள்.

க்ரிஷிகா: “அந்த மாதிரி பண்ணிடாதீங்க!”

வேறு என்ன சொல்லிவிட முடியும்!

அருண்: “அந்த பயம் இருக்கட்டும்... நான் சொன்னா சொன்னத செய்வேன்.”

உண்மையில் செய்யக் கூடியவன் தான் அவன். கட்டிய மனைவியையே கொலை செய்ய பார்த்தவன் அல்லவா? அப்படி இருக்கையில் க்ரிஷிகாவும், வைஷாலியும் அவனுக்கு ஒரு பொருட்டே இல்லை.

திவ்யா: "போ… போய் ready ஆகிடு வா! உன் முகத்துல ஒரு சின்ன சோகம் தெரிஞ்சாலும், அது அந்த வைஷாலியோட உயிர தான் பாதிக்கும்!"

அவளும் தன் பங்கிற்கு மிரட்ட, சிறு பெண் அவள் மிரண்டு போய் தன் அறைக்குள் ஓடினாள். செய்யும் பாவங்கள் எல்லாம் திருப்பி அடிக்கும் என்பதை மறந்து, கொடூரமாய் சிரித்துக் கொண்டனர் அந்த தம்பதியினர்.

திவ்யா: "போட்டுக் கொடுத்துட மாட்டா ல?"

இருந்தும் மனதோரம் ஒரு பயம் இருக்கத் தான் செய்தது அவளுக்கு.

அருண்: "நிச்சயமா மாட்டா. அவ உயிருக்காக கவலைப்படல ன்னாலும், அவ அம்மா அம்மா ன்னு உருகுற அந்த வைஷாலிக்கு ஏதாச்சும் ஆகிடுமோ ன்னு கண்டிப்பா உண்மைய சொல்லவே மாட்டா. நாம முகத்துல எதையும் காட்டாமல் இருக்குற வரைக்கும் we are totally safe! Go get ready. She will be here in 10 minutes!"

அவன் சொல்ல, பெருமூச்சு விட்டவள் வீட்டை பார்த்து பார்த்து தயார் செய்தாள். வைஷாலிக்கு எந்த ஒரு துளி சந்தேகமும் வராதபடி மொத்தமும் தயாராய் இருக்க, இது அனைத்தையும் இரு செவிகள் கேட்டுக்

கொண்டிருக்கின்றன என்பது தெரியவில்லை அவர் இவருக்கும்.

இனி விதி ஆடப் போகும் ஆட்டத்தில் சிதறப் போவது யார் என்று தெரியாமல், சிறு பிள்ளை விளையாட்டை இவர்கள் ஆரம்பித்து வைக்க, அவர்களைப் பார்த்து கைகொட்டி சிரித்தது அந்த விதி.

21

மழலையும் நம்பிக்கையும்

திவ்யா & அருண்'s apartment…

திவ்யா: "வாங்க வாங்க… அன்னைக்கு வந்துட்டு போனதுக்கு அப்றம் இப்ப தான் எங்க ஞாபகம் வருதா உங்களுக்கு?"

பொய்யாய் கோபித்துக் கொண்டாள். வைஷாலிக்கு ஒரு சிறு துளி சந்தேகம் கூட வரவில்லை.

வைஷாலி: "ஐயோ அப்டி இல்லைங்க… கொஞ்சம் வேலை. அது தான்!"

இன்முகமாக கூறியவள் சென்று அமர்ந்து கொண்டாள்.

திவ்யா: "ஐயோ…! க்ரிஷிகா கிட்ட வேற நீங்க வருவீங்க ன்னு சொல்லிட்டேன். எப்ப வருவாங்க எப்ப வருவாங்க ன்னு கேட்டு கேட்டு எங்க ரெண்டு பேரையும் இருக்கவே விடல அவ!"

நடிப்பென்றால் அப்படி ஒரு நடிப்பு அது. ஆனால் வைஷாலி நம்பியே விட்டாள். அட்டகாசமாய் சிரித்தவள் விழிகளை வீட்டை சுற்றி சுழல விட்டாள்.

வைஷாலி: "க்ரிஷி எங்க…?"

ஆர்வமாய் அவள் கேட்க,

அருண்: “நீங்க வர்றீங்க ன்னு special dress எல்லாம் எடுத்து போட்டுக்கிட்டு ஜாம் ஜாம்னு இளவரசி ரெடி ஆகிட்டு இருக்காங்க!”

சிறு புன்னகையோடு கூறியவனை அதே புன்னகையோடு எதிர்நோக்கினாள் வைஷாலி.

உள்ளே இருந்த க்ரிஷிகா இதையெல்லாம் கேட்டுக் கொண்டு தான் இருந்தாள். அவளுக்கு கேட்க வேண்டும் என்று தான் அருணும் சத்தமாக பேசினான். அவர்கள் சொல்வதற்கு ஏற்ப அவள் வெளியில் வந்து நடிக்க வேண்டும் என்பதே அதன் பொருள்.

க்ரிஷிகா (mind voice): “என்னால என் வைஷாலி அம்மாவோட உயிர் போய்ட கூடாது. என்னால தான் சந்தோஷமா இருக்க முடியல. அவங்களாச்சும் நிம்மதியா இருந்துட்டு போகட்டும். வைஷாலி அம்மா எதையும் கண்டு பிடிச்சிட கூடாது கடவுளே!”

மானசீகமாய் கடவுளை வேண்டிக் கொண்டவள், முகத்தில் எந்தவித களைப்போ சோகமோ தெரியக் கூடாது என்பதற்காகவே திவ்யாவின் அழகுப் பொருட்களை உபயோகப்படுத்தி தன்னை மேலும் அழகு படுத்திக் கொண்டாள். ஒரு ஆழ்ந்த பெருமூச்சை இழுத்து விட்டவள், உண்மையிலேயே இந்த உலகில் மிக மகிழ்ச்சியான பெண் போல முகத்தை வைத்துக் கொண்டு அறையிலிருந்து வெளியே வந்தாள்.

❀ ❀ ❀

பிரகாஷ்: "இது எல்லாம் ரொம்ப risk டா... அப்டி road road ஆ தேடி அலைய முடியாது. அந்த அம்மா இப்ப எங்க இருக்காங்களோ! ஒருவேளை அவங்க துபாய் லயே இல்ல ன்னா என்னடா பண்ணுவ நீ....!"

நண்பனுக்கு எடுத்துரைக்க முயல,

ஜீவன்: "அதெல்லாம் எனக்கு தெரியாது டா. என் வெண்ணிலாவோட ரொம்ப கால ஆசை இது. அத என்னால நிறைவேத்த முடியல ன்னா நா எல்லாம் என்னடா boyfriend?"

தன்னிலை விளக்கம் கொடுத்தவனுக்கே தெரியும் இது மிகப் பெரிய சவாலான விஷயம் தான் என்று.

பிரகாஷ்: "ம்... சரி... இனி நா சொன்னா கேக்க மாட்ட. So, பாத்துக்கலாம் விடு. வைஷாலி நல்லா யோசிச்சுட்டு உனக்கு கால் பண்ணட்டும். அதுக்கப்றம் ஒரு முடிவுக்கு வரலாம்"

அவன் சொல்ல, சரி என்றவன் அங்கிருந்து நகர்ந்தான். நண்பனை விட்டு சிறு இடைவெளி தூரம் கடந்து வந்த பிறகு, ஏதோ ஒரு எண்ணுக்கு அழைப்பை விடுத்தான்.

ஜீவன்: "எல்லாம் நம்ம பிளான் படி தான் போய்கிட்டு இருக்கு. எல்லாமே நாம plan பண்ண மாதிரி சரியா நடக்கணும். புரியுதா!"

அவன்கேட்க,மறுமுனையில்என்னசொல்லப்பட்டதோ! கண்கள் இடுக்கி சிறு புன்னகையோடு அழைப்பை துண்டித்தான்.

❀ ❀ ❀

ஏற்கனவே க்ரிஷிகா அழகி தான்... இன்று அதீத ஒப்பனையோடு பேரழகியாய் வைஷாலியின் முன்பு வந்து நின்றாள். இறுதியாக சிறு பெண்ணை போல வைஷாலி பார்த்த ஒருத்தி, பதிம வயது மங்கையாய் வந்து நிற்க, க்ரிஷிகாவை விட்டு விழிகளை அகற்ற முடியவில்லை வைஷாலியால்.

வைஷாலி: “க்ரிஷி.... ரொம்ப Cute ஆ இருக்க டி...!!”

தன்னை மீறிய உற்சாகத்தில் சொன்ன வைஷாலி, எழுந்து வந்து க்ரிஷிகாவை அணைத்துக் கொண்டாள்.

க்ரிஷிகா: “வைஷாலிம்மா...!!”

ஒற்றை நொடியில் அவளின் விழிகள் கலங்கின.

வைஷாலி: “ஐயோ என்ன க்ரிஷி... என்னாச்சு!!”

துடித்துடித்துப் போனால் அவளை பெறாத தாய்.

க்ரிஷி: “அது வந்து... இங்க...!”

வைஷாலி: “எதுவா இருந்தாலும் சொல்லு க்ரிஷி மா...!”

வைஷாலிக்கு என்னவோ போல ஆனது.

க்ரிஷிகா: “அது... நா....!!”

சிறு பிள்ளை அல்லவா! சிறைச்சாலையில் இருந்து தப்பிடவே மனம் ஏங்கியது.

ஏதாவது அசம்பாவிதம் நடப்பதற்குள் அதை தடுக்க நினைத்த அருண் வைஷாலியின் பின்னால் வந்து நின்று கொண்டான். கையில் ஆப்பிள் வெட்டும் கத்தியை எடுத்து வைத்துக் கொண்டு, வைஷாலியை குத்துவது போல சைகை செய்ய, பயந்து நடுங்கிய க்ரிஷிகா அவனையே பார்த்து அதிர்ந்து நின்றாள்.

வைஷாலி: “க்ரிஷி… என்னடி ம்மா…!”

அவள் குழந்தையை பிடித்து உலுக்க, க்ரிஷிகாவோ அவளுக்கு பின்னால் நின்று அருணை தான் வெறித்து பார்த்தபடி நின்றாள்.

வைஷாலி: “பின்னாடி என்ன பாக்குற?”

கேட்டுக் கொண்டே அவள் திரும்பப் போக, சட்டென்று கையில் இருந்த கத்தியை பின்னால் மறைத்துக் கொண்டான் அருண்.

வைஷாலி: “க்ரிஷி… அங்க என்ன இருக்கு!!”

அவளுக்கு எதுவும் பிடிப்படவில்லை.

திவ்யா: “அது வந்துங்க.. ரொம்ப நாள் கழிச்சு உங்கள பாக்குறா இல்லையா! அதுவும் பெரிய பொண்ணா வேற வளந்துட்டா. அவள மீறி கண்ணீர் வர பாக்குது. அத எப்டி கண்ட்ரோல் பண்றது ன்னு தெரியாம அந்த பக்கம் பாத்து கண்ட்ரோல் பண்ண ட்ரை பண்ணிட்டு இருக்கா!”

ஏதோ சொல்லி சமாளிக்க,

வைஷாலி: "அப்டியா க்ரிஷி...!!"

என்று கேட்க, ஆம் என்பதாய் தலையாட்டி வைத்தாள் சிறுமி.

வைஷாலி: "என்ன செல்லமே... இதுக்கு போய் அழலாமா? நீ எவ்ளோ பெரிய brave girl ல! ம்....??"

குழந்தையை இறுக்கமாய் கட்டி அணைத்துக் கொண்டாள்.

க்ரிஷிகா: "அடிக்கடி என்ன பாக்க வருவீங்களா?"

ஏக்கத்தோடு கேட்டாள் குழந்தை.

வைஷாலி: "அதுக்கு என்ன...!! வந்துட்டா போச்சு! உங்க அம்மாவும் நானும் தான் ரொம்பவே க்ளோஸ் ஆகிட்டோம் ல! இனி அடிக்கடி வந்து பாத்துட்டு போறேன். என் செல்லம் அழக் கூடாது சரியா?"

க்ரிஷிகாவின் விழிநீர் துடைத்து விட்டவள், குழந்தையோடு சென்று Sofa வில் அமர்ந்து கொண்டாள்.

திவ்யா: "இவ இந்த அளவுக்கு emotional ஆகி இன்னைக்கு தான் பாக்குறேன்...!"

தினமும் குழந்தையை அவதானிக்கும் ஒரு தாயைப் போல பேசினாள். க்ரிஷிகாவுக்கு உள்ளுக்குள் பற்றி கொண்டு எறிந்தாலும் வெளியில் எதுவும் செய்ய முடியாத நிலை.

அருண்: "ஆமா நானும் தான். எந்த ஒரு situation ஆ இருந்தாலும், தைரியமா face பண்ற பொண்ணு. எந்த இடமாக இருந்தாலும் அதுக்கு ஏத்த மாதிரி மாறுற பொண்ணு இவ. ஆனா இந்த மாதிரி பிஹேவ் பண்ணி இதுக்கு முன்னாடி நானும் பாத்ததில்ல...!"

அவனும் ஒத்து ஊதினான். க்ரிஷிகா குனிந்த தலை நிமிரவே இல்லை. அதற்கு வைஷாலி வேறு ஒரு அர்த்தம் புரிந்து கொண்டாள்.

வைஷாலி: "ம்... நீங்க சொல்ற மாதிரி, ரொம்ப நாள் கழிச்சு என்னை பாத்தா ல! அதனாலயா இருக்கலாம்!"

என்றவள் குனிந்து பிள்ளையின் முகம் பார்த்தாள்.

வைஷாலி: "நீ ஆசிரமத்துல ஹாப்பியா இருந்தியா இல்லனா இங்க ஹேப்பியா இருக்கியா?"

சுற்றி வளைத்து நான் கேட்க வேண்டிய புள்ளியில் வந்து வைஷாலி நிற்க, அருணும் திவ்யாவும் ஒருவர் முகத்தை மற்றவர் பார்த்துக் கொண்டனர். க்ரிஷிகா, வார்த்தைகள் அற்ற நிலையில் தாய் தந்தையர் எனும் பெயரில் நின்று கொண்டிருக்கும் இரு ராட்சச ரூபங்களை பார்த்து உள்ளுக்குள் புலுங்கியவள்,

க்ரிஷிகா: "இங்க ரொம்ப சந்தோஷமா இருக்கேன் வைஷாலிம்மா... நீங்க அடிக்கடி என்ன பாக்க வந்தா, இன்னும் சந்தோஷமாய் இருப்பேன்!"

அவர்களுக்கு தேவையான பதிலை சொன்னவள், தனக்கு தேவையானதையும் அந்த பதிலிலேயே புதைத்து சொன்னாள். அருண் மற்றும் திவ்யாவுக்கு

அவள் இந்த அளவு சொன்னதே போதுமாய் இருந்தது. வைஷாலி மீண்டும் ஒரு முறை வருவதாக இருந்தாலும் அவளை மிரட்டி இன்று போல அன்றும் நடிக்க வைத்து விடலாம் என்ற குருட்டு தைரியத்தோடு நின்று கொண்டிருந்தனர்.

வைஷாலி: "நீ சந்தோஷமா இருக்க ல! இதுவே எனக்கு போதும். இத பத்தி மேரி சிஸ்டர் கேள்விப்பட்டா ரொம்ப சந்தோஷப்படுவாங்க. நா கண்டிப்பா உங்க கிட்ட சொல்லுவேன்!"

என்றவள் மறக்காமல் க்ரிஷிகாவின் நெற்றியில் ஒரு முத்தம் வைத்தாள்.

நேரம் போவது தெரியாமல் க்ரிஷிகாவுடன் பேசிய வைஷாலி, வெகு நேரம் கழித்தே நேரம் போனதை உணர்ந்தாள்.

வைஷாலி: "அச்சோ.... Sunday இப்டியே போயிடுச்சு பாருங்க! வீட்டுக்கு தேவையான things எல்லாமே இனி தான் போய்ட்டு வாங்கணும். சரிங்க! அப்போ நா கிளம்புறேன்!"

என்றவுடன் தான் தம்பதியினரின் முகம் மலர்ந்தது. ஆனாலும் உடனே வெளிக்காட்டிக் கொள்ளவில்லை.

திவ்யா: "என்னங்க அதுக்குள்ள போறீங்க? இன்னும் கொஞ்ச நேரம் இருந்துட்டு போங்க! ரொம்ப நாள் கழிச்சு வந்து இருக்கீங்க! இப்பவே போனா எப்படி!"

மாபெரும் நடிப்பு நடித்தவளை வியந்து பார்த்துக் கொண்டிருந்தாள் க்ரிஷிகா. இவர்களால் மட்டும் எப்படி

மனசாட்சியே இல்லாமல் இதை செய்ய முடிகிறது என்று புரியவில்லை அவளுக்கு.

வைஷாலி: “இல்லங்க... என்னோட roommate கூட தான் போகணும். இப்போ நா கிளம்பல ன்னா, அவ கண்டிப்பா என்ன விட்டுட்டு போய்டுவா. அப்றம் நான் தனியா போக வேண்டி இருக்கும். அதுமட்டுமில்லாம, என்னென்ன வேணும் ன்னு மோஸ்ட்லி அவளுக்கு தான் எல்லாமே தெரியும். So, hope you understand! நா கண்டிப்பா இன்னொரு நாள் வரேன்!”

இன்முகத்தோடு கூறியவளின் வார்த்தைகளை மீண்டும் மீண்டும் அவர்கள் மறுக்க, கஷ்டப்பட்டு அவர்களை சமாளித்து விட்டு வீட்டிலிருந்து வெளியேறினாள். போகும் வானியை சோர்ந்த முகத்தோடு க்ரிஷிகா பார்த்துக் கொண்டிருக்க, அந்தப் பார்வைக்கு பின்னால் இருந்த கஷ்டத்தின் அளவு அப்போது புரியவில்லை வைஷாலிக்கு.

குழந்தயிடமும் நூறு முறை வருகிறேன் என்று கூறிவிட்டு வெளியே வந்தவள், elevator வழியாக கீழே செல்ல முயல, சட்டென்று பின்னால் இருந்து ஒரு கரம் வைஷாலியின் கரத்தை பிடித்து நிறுத்தியது.

இங்கு யார் இப்படி நடந்து கொள்வது என்று தெரியாமல் குழப்பத்தோடு திரும்பி பார்த்த வைஷாலியின் முகம் அதீத குழப்பத்தில் நிறைய, ஒரு மாபெரும் உண்மை அவளுக்காய் காத்திருந்தது.

❀ ❀ ❀

22

அவள் என் மகள்

மாயா: "நிறுத்து நிறுத்து... ஒனக்கு யாரோ நடுநடுவுல anonymous ஆ text பண்ணி alert குடுத்துட்டு இருந்தாங்களே! அது யாரு? அப்புறம், ஆரம்பத்துல ஆதித்யா ன்னு ஒரு கேடுகெட்ட கேரக்டர் கதைல வந்துட்டு போனானே! அவன் என்ன ஆனான்? நீ அவனோட Shop ல தானே work ல Join பண்ண? அப்போ அன்னைக்கு க்ரிஷிகாவ நீ பாத்துட்டு வரும் போது உன் கைய பிடிச்சது அவன் தானா?"

தான் ஒரு கதாசிரியை என்பதை நொடிக்கு ஒரு முறை நிரூபித்தாள் அவள்.

வைஷாலி: "உன் இமாஜினேஷன கொஞ்சம் ஸ்டாப் பண்றியா!"

அவள் முகம் தீவிரமாய் இருந்தது.

மாயா: "இல்ல... curiosity peak ல போகும் போது இந்த மாதிரி கதைய நடுவுல எல்லாம் Stop பண்ணாத... continue... continue...!"

ஆர்வமாய் அவள் கேட்க,

வைஷாலி: "நா எங்க Stop பண்ணேன்? நீ தானே குறுக்குல கேள்வி கேக்குற?"

மாயாவை முறைத்தாள்.

மாயா: "சரி சரி கோபப்படாத! கதைய சொல்லு...!"

என்றிட, வைஷாலியும் மீதிக் கதையை சொல்ல ஆரம்பித்தாள்.

அன்று...

சட்டென்று ஒரு கரம் வைஷாலியின் கையைப் பிடித்து நிறுத்தியது. அவள் உயரத்திற்கு ஒரு பையன் நின்று கொண்டிருந்தான். அவன் வேறு யாருமல்ல. அர்ஜுன் தான்.

வைஷாலி: "யாரு தம்பி நீ...? என்ன வேணும்?"

வயதில் மிக சிறியவன் என்பதை ஒற்றைப் பார்வையில் கண்டு கொண்டவள், கோபமாய் எதுவும் பேசவில்லை.

அர்ஜுன்: "நா... அர்ஜுன்... உங்ககிட்ட கொஞ்சம் பேசணும். க்ரிஷிகா உங்களுக்கு என்ன வேணும்?"

வைஷாலியிடம் தான் பேசினான். ஆனால் அவனின் விழிகள் யாராவது வருகிறார்களா என்பதை அடிக்கடி ஆராய்ந்த வண்ணம் இருந்தன.

வைஷாலி: "அவ... ஏன் நீ அத பத்தி கேக்குற தம்பி?"

ஏதோ சொல்ல வந்தவள், பின்னர் நிறுத்தி விட்டு இவ்விதம் கேட்டாள். ஆசிரமத்தில் இருந்து வந்த குழந்தை அவள் என்று அனைவரிடமும் கூறிவிட முடியாது அல்லவா?

அர்ஜுன்: “நீங்க இந்தியா ல இருந்து தானே வந்திருக்கீங்க?”

ஆர்வமாய் அவன் கேட்க,

வைஷாலி: “ஆமா…!!”

அர்ஜுன்: “நீங்க இதுக்கு முன்னாடி ஏதாவது ஆசிரமத்துல வேல பாத்தீங்களா? உங்கள எதுக்காக க்ரிஷி அம்மா ன்னு கூப்பிட்றா?”

அவன் கேட்க, இவளுக்கு ஆச்சரியமாய் இருந்தது.

வைஷாலி: “நாங்க பேசுறத மறைஞ்சிருந்து கேட்டியா என்ன?”

அர்ஜுன்: “ஆமா, பட் இப்போ அது முக்கியம் கிடையாது. சொல்லுங்களேன் ப்ளீஸ்! அவளுக்கு நீங்க யாரு?”

தன் கேள்விகள் விடாப்பிடியாய் நின்றான்.

வைஷாலி: “இங்க பாரு தம்பி. நீ நினைக்கிற மாதிரி எல்லாத்தையும் சொல்லிட முடியாது. மொதல்ல எதுக்காக நீ இதெல்லாம் கேக்குற? அத மொதல்ல சொல்லு…! What do you want exactly?”

புருவம் சுருக்கி அவள் கேட்க, பையன் மிகவும் பயந்திருந்தான்.

அர்ஜுன்: “விளக்கமா சொல்ல எல்லாம் எனக்கு நேரமில்ல ஆண்ட்டி. இங்க க்ரிஷி….!!”

அவன் ஏதோ சொல்ல வர, ஒரு செருமல் சத்தத்தோடு தடித்த கரம் ஒன்று அவனின் தோளில் வந்து அமர்ந்தது.

முட்டை கண்களை விரித்து படி திரும்பிப் பார்த்தவன் அதிர்ந்து போனான்.

அர்ஜுன்: “அங்கிள்….!!”

பயத்தில் எச்சிலை விழுங்கியவனை கொடூரப் பார்வை பார்த்தான் அருண். ஆனால் வைஷாலிக்கு தான் எதுவும் பிடிப்படவில்லை. அருணையும் அர்ஜுனையும் மாறி மாறி பார்த்துக் கொண்டிருந்தாள்.

அருண்: “தேவையில்லாத விஷயங்களுக்குள்ள வரக்கூடாது ன்னு சொல்லி இருக்கேன் ல!”

அர்ஜுனின் பின் மண்டையில் அவன் தட்ட, அங்கு எதுவும் செய்ய முடியாத நிலையில் பற்களை கடித்து நின்றிருந்தான் அர்ஜுன்.

அருண்: “இன்னொரு தடவ என் பொண்ண பத்தி நீ பேசறத நான் பாத்தேன்… தொலைச்சிடுவேன்!”

ஒற்றை விரல் நீட்டி எச்சரித்தவன், மறு பக்கம் பிடித்து அர்ஜுனை தள்ளிவிட, கீழே விழப்போனவன் சுதாகரித்து நின்றான். பின்னர் என்ன நினைத்தானோ, வைஷாலியை ஒரு அழுத்தமான பார்வை பார்த்துவிட்டு அங்கிருந்து ஓடினான்.

வைஷாலி: “என்னாச்சு மிஸ்டர் அருண்? Is everything okay!! யார் அந்த பையன்?”

அருணிடம் கேள்வியைக் கேட்டாள்.

அருண்: “இந்த பையன் ஸ்கூல்ல க்ரிஷிகாவோட சீனியர்… அப்பப்ப அவள வம்பிழுத்துட்டு இருப்பான்.

இப்பவும் உங்ககிட்ட ஏதாச்சும் இன்ஃபர்மேஷன் எடுத்து அவள body shaming இல்லன்னா வேற வகையா கலாய்க்க நினைச்சிருப்பான். எத்தனையோ தடவ இவன் பேரண்ட்ஸ் கிட்ட நான் கம்ப்ளைன்ட் பண்ணிட்டேன். திருந்தவே மாட்டேங்குறான்...!"

அருண் சொல்ல, வைஷாலிக்கும் நிலைமை புரிந்தது.

வைஷாலி: "இருந்தாலும் இந்த மாதிரி அடிக்க எல்லாம் செய்யாதீங்க!"

மனம் கேளாமல் சொன்னவளை ஒரு நொடி அழுத்தமாய் பார்த்தான் அருண்.

அருண்: "அவனுக்கு க்ரிஷிகா எங்க பொண்ணு இல்ல ன்னு ஒரு doubt இருக்கு. அத confirm பண்ண ரொம்பவே ட்ரை பண்றான். அப்டி அவன் பண்ணிட்டா, School ல என் பொண்ணுக்கு அம்மா அப்பா இல்ல ன்னும், அவ ஒரு அனாதை ன்னும் தேவையில்லாம அவ மனச காயப்படுத்துவான். என்னால இதையெல்லாம் அலோ பண்ண முடியாது மிஸ் மீரா. Hope you understand! க்ரிஷிகா உண்மைலயே எனக்கு பிறந்த பொண்ணா இல்லாம இருந்திருக்கலாம். ஆனா, இப்போ அவ தான் எனக்கு எல்லாமே! அதுக்கு குடுக்கல யாரையும் நா வர விட மாட்டேன்!"

என்றவனின் கூற்றில் மெய் சிலிர்த்து நின்றாள் வைஷாலி. க்ரிஷிகா தங்களுடன் ஆசிரமத்தில் இருந்திருந்தால் கூட இப்படி ஒரு வாழ்க்கை அவளுக்கு கிடைத்திருக்காது என்று உறுதியாக நம்பியவள் முழு மனதாய் அவனிடமிருந்து விடை பெற்று செல்ல, இதை

ஒளிந்து இருந்து கேட்டுக் கொண்டிருந்த அர்ஜுனுக்கு அருணின் மீது வெறி கூடியது.

Apartment இல் இருந்து கீழே இறங்கி வந்தவள் முதல் வேலையாக மேரிக்கு தான் அழைத்தாள். அந்த பக்கம் அழைப்பு ஏற்கப்பட்டதும்,

வைஷாலி: “மேடம்... நா க்ரிஷிய பாத்தேன். அவ ரொம்பவுமே சந்தோஷமா இருக்கா. இந்த மாதிரி ஒரு அம்மா அப்பா அவளுக்கு கிடைச்சது ரொம்ப நல்லதா போச்சு. அவள உள்ளங்கைல வச்சு தாங்குறாங்க! இனிமே நீங்க அவள பத்தி கவலைப்படவே தேவையில்ல! உங்களுக்கு அவ கூட நா எடுத்த Photo அனுப்பி இருக்கேன். அதுல பாருங்க. எவ்ளோ அழகா இருக்கா தெரியுமா? பொண்ணு ரொம்பவே வளந்துட்டா!”

அதைக் கூறும் போதே அத்தனை சந்தோஷம் அவளுக்குள்.

மேரி: “அவ நல்ல மனசுக்கு எங்க இருந்தாலும் நல்லா தான் இருப்பா. ஆனா நம்ம association சார்பா, details maintain பண்ணனும் ல வைஷாலி... அதான்...!”

அவர் கூற இவளுக்கும் அது தெரிந்தது தான்.

வைஷாலி: “இதெல்லாம் நீங்க சொல்லனுமா சிஸ்டர்! I can understand. சரி சிஸ்டர், நா அப்பறம் Call பண்றேன்”

என்று விட்டு அழைப்பைத் துண்டித்த வைஷாலியின் மனதில் இருந்து ஏதோ ஒரு பெரிய பாரம் இறங்கியது போன்ற உணர்வு. ஆனால் அதுவும் சிறு துளி

நேரத்திற்கு மட்டும் தான். அவள் வேலை செய்யும் இடம் நெருங்க நெருங்க, அந்த ராட்சசனின் முகம் விழி முன் வந்து போனது. அதுவே அவளின் நல்ல மனநிலையைக் கெடுக்க போதுமானதாய் இருந்தது.

ஆரம்பத்தில் வைஷாலி நினைத்தது போல அவளுக்கு supermarket இல் ஒன்றும் வெண்ணிலா வேலை பார்த்து விடவில்லை. அவள் வைஷாலிக்கு பார்த்துக் கொடுத்த வேலை petrol bunk இல் இருக்க, ஒவ்வொரு நாளும் பெரும் அவஸ்தையாய் கடந்தது அவளுக்கு.

அவ்வப்போது மனம் துவண்டு போகும் போதெல்லாம் இந்தியா செல்ல வேண்டும் என்பதை மனதில் நிலை நிறுத்திக் கொள்வாள் அவள். அதற்கு தேவையான பணத்தை இங்கிருந்து தான் சம்பாதிக்க முடியும் என்கிற கட்டாயம் இருக்கும் பொழுது அந்த வேலையை நிராகரிக்க தோன்றவில்லை வைஷாலிக்கு.

வைஷாலி (mind voice): "இன்னும் கொஞ்ச நாள் தான் வைஷாலி. You can do it"

தனக்குள் நம்பிக்கை வார்த்தைகளை கூறிக் கொண்டவள், முன்னேறி நடந்தாள். தனக்கென்று அங்கு கொடுக்கப்பட்ட உடையை எடுத்து அணிந்து கொண்டவள், வேலைக்கு தயாராக, அங்கு வந்து நின்றார் ஒருவர்.

வந்தவர்: "வைஷாலி... உன்ன மேனேஜர் வர சொன்னாரு...! ஏம்மா இன்னைக்கு லேட்?"

அது அக்கறையாய் கேட்பது போல தோன்றவில்லை! அவர் முகத்தில் ஏதோ ஒரு பயம் தெரிந்தது.

குழப்பத்தோடு அந்த அரக்கனின் அறைக்குள் நுழைந்தாள். வேண்டுமென்றே அவள் வருவது தெரிந்து தன் மேசையின் மீது இரண்டு காலையும் தூக்கிப்போட்டு ஒய்யாரமாய் அமர்ந்திருந்தான் ஆதித்யா.

வைஷாலி (mind voice): "இவனுக்கு ஒரு கேடு வர மாட்டேங்குதே!"

பற்களை கடித்தவள்,

வைஷாலி: "வர சொன்னிங்களா சார்?"

குரலில் சுரத்தையே இல்லாமல் கேட்டாள்.

ஆதித்யா: "Yes.... ஏன் இன்னைக்கு லேட்? time க்கு வரணும்னு தெரியாதா? இல்லன்னா பெட்ரோல் பங்க் ஓனரோட பொண்டாட்டி ன்னு நினைப்பா?"

ஒரு மாதிரியாகக் கேட்க,

வைஷாலி: "இன்னைக்கு வர லேட் ஆகும் ன்னு போன வாரம் சொல்லி இருந்தேனே Sir...!"

அதை சொல்வதற்கு அவள் பட்ட பாடு அவளுக்கு தானே தெரியும்!

ஆதித்யா: "இல்லையே...! எனக்கு எதுவும் ஞாபகம் இல்லையே!"

ஒற்றைப் புருவம் உயர்த்தி கேட்க,

வைஷாலி: "உங்ககிட்ட இல்ல சார்... பிரபு Sir கிட்ட சொன்னேன். அவர் உங்க கிட்ட சொல்... லிக்கிறேன்னு சொன்னாரு!"

தயக்கத்தோடு சொன்னவளை, 'நன்றாக சிக்கிக் கொண்டாய்' எனும் தோரணையில் ஒரு பார்வை பார்த்து வைத்தான் ஆதித்யா.

ஆதித்யா: "இல்ல எனக்கு ஒன்னு புரியவே இல்ல. இங்க யாரு higher position ல இருக்காங்க...? நானா அவனா?"

அவன் கேட்க வருவது அவளுக்கும் புரிந்தது..

வைஷாலி: "இல்ல... அது... அவரு... உங்க friend தானே! அதான் நா...!"

ஆதித்யா: "Shut up....!!!"

வைஷாலி கூறி முடிப்பதற்குள் மேசையில் ஓங்கி அடித்தவன், ஆத்திரத்தோடு எழுந்து நின்றான்.

ஆதித்யா: "மாமன் மச்சானா இருந்தா கூட, அது எல்லாம் வெளிய தான். வேலைன்னு வந்துட்டா, இங்க என்கிட்ட தான் எல்லாரும் எல்லாத்தையும் சொல்லனும்... மேடமுக்கு என்ன அம்பானியோட வாரிசுன்னு நினைப்பா என்ன? நேர்ல என்கிட்ட வந்து சொல்ல மாட்டீங்களோ!!"

அடித் தொண்டையில் உறுமியபடி கேட்டவன் மெல்ல மெல்ல அவளை நெருங்கி செல்ல, பயத்தின் உச்சத்தில் ஒவ்வொரு அடியாய் பின்னோக்கி வைத்தவள் ஒரு கட்டத்தில் கதவில் சென்று முட்டி நின்றாள்.

❀ ❀ ❀

23

பொய் பூட்டிய உலகம்

அவள் பயந்து போய் சுவற்றோடு ஒட்டி நிற்க, அவளை நெருங்கி அடி எடுத்து வைத்தான் ஆதித்யா.

வைஷாலி: "ப்ளீஸ் என்ன விட்ருங்க. நீங்க நினைக்குற மாதிரி பொண்ணு நான் இல்ல."

அவள் பயந்து போய் திக்கித் திணறி சொல்ல, அவனோ அவளைப் பார்த்து இளக்காரமாய் சிரித்தான்.

ஆதித்யா: "சும்மா எதுக்கு ட்ராமா போடுற? நான் கேக்குறதுக்கு ஒத்துக்கோ. அத விட்டுட்டு இப்டி டயலாக் பேசாதே."

ஏளனமாய் சொன்னவன் அவளின் அருகில் வந்து கழுத்தோரம் கையை நீட்டினான்.

வைஷாலி: "என்ன தொடாதீங்க."

கண்ணீர் வடித்தவள் அவனின் கையைத் தள்ளி விட அவனோ அவளின் கையை இறுக்கமாகப் பிடித்துக் கொண்டான்.

வைஷாலி: "விடுங்க ப்ளீஸ்."

எதுவும் செய்ய இயலாத நிலையில் கெஞ்சியவளின் மறு கையையும் தன் கைக்குள் அடக்கிக் கொண்டவன்,

ஆதித்யா: “உன்ன எப்டி விட முடியும் வைஷாலி?”

கேட்டுக் கொண்டே குனிந்து அவளின் கழுத்தோரம் வாசம் பிடிக்க,

அவளுக்கோ உச்சகட்ட அருவருப்பாக இருந்தது.

வைஷாலி: “எனக்கு அருவெருப்பா இருக்கு.”

கண்ணீருடன் சொல்ல அவனோ அதையெல்லாம் காதில் வாங்கவே இல்லை. அவளின் கழுத்தில் இதழ் பதிக்க திமிறியவளால் அவனைத் தள்ளவே முடியவில்லை.

வைஷாலி: “சீ. எதுக்காக இப்டி கேவலமா நடந்துக்குறீங்க? உங்ககிட்ட வேல பாக்குற பொண்ணுன்னா என்ன வேணாலும் பண்ணுவீங்களா?”

அவளால் அழ மட்டுமே முடிய அவனோ அவளின் பல் கொண்டு வைஷாலியின் கழுத்து சட்டையைக் கடித்து பலமாய் இழுத்தான். அவன் இழுத்ததில் அதன் முன்பாகம் கிழிந்தே போய் விட

வைஷாலி: “அம்மாஆ..”

மானத்தை மறைக்க கூட வழியில்லாமல் கத்த, அதே நேரம் கதவு திறந்து கொண்டது.

பிரபு: “என்னடா பண்ற?” பிரபு அதிர்ந்து நிற்க,

ஆதித்யா: “ப்ச்.”

சலித்துக் கொண்டு அவன் விலகி விட, வைஷாலி அவசரமாய் ஓடிச் சென்று பிரபுவின் பின்னால் ஒழிந்து கொண்டாள். கைகளைக் கொண்டு கிழிந்த சட்டையை மறைத்தவள் தேம்பி தேம்பி அழுதாள்.

பிரபு: “நீ பண்றது சரியேயில்ல ஆதித்யா. மனுஷன் மாதிரி பிகேவ் பண்ணு.”

பிரபு கத்தத் தொடங்கி விட்டான்.

ஆதித்யா: “நீ ஒன்னும் எனக்கு அட்வைஸ் பண்ண தேவையில்ல. உன் வேலைய மட்டும் பாத்துட்டு போ.”

கடுப்பாய் சொன்னவன் சென்று கதிரையில் கால் மேல் கால் போட்டு அமர பிரபுவிற்கு அவனை அடித்து விடும் கோபம் வந்தது.

பிரபு: “நீயெல்லாம் திருந்தவே மாட்டடா. நீ வா வைஷாலி.”

வைஷாலியின் கையைப் பிடித்து இழுத்துக் கொண்டு அவன் அங்கிருந்து சென்று விட, போகிறவளையே புருவம் உயர்த்தி பார்த்தான் ஆதித்யா.

ஆதித்யா: “இப்ப வேணா நீ என்கிட்ட இருந்து தப்பிச்சிருக்கலாம். ஆனா உன்ன என்கிட்ட இருந்து காப்பாத்த யாராலயும் முடியாது. நான் உன்ன அடஞ்சே தீருவேன்.”

அவன் உறுதி எடுத்துக் கொள்ள ஆதித்யாவின் கண்கள் சிவந்தது.

❀ ❀ ❀

வெளியே ஒரு இருக்கையில் வைஷாலியை அமர வைத்தவன் அவளுக்கு தண்ணீரைக் கொடுத்தான்.

பிரபு: “இதக் குடி.”

அவன் கொடுக்க, அவளுக்கும் அது தேவைப்பட்டது தான். வாங்கி மடமடவென வாய்க்குள் நீரை சரிக்க அப்போது தான் வரண்டிருந்த தொண்டை ஈரம் கண்டது.

பிரபு: “இப்டி அழுது பயந்துட்டே இருப்பியா வைஷாலி? கொஞ்சமாச்சும் தைரியம் வேணாம்? அவன் உன்கிட்ட அத்து மீறுனா பளார்னு கன்னத்துல ஒன்னு வைக்க தெரியாதா ஒனக்கு?”

கடுப்பில் அவன் கத்த அவளோ கண்ணீர் தான் வடித்தாள்.

வைஷாலி: “அப்டி பண்ணா வேல போயிருமே அண்ணா.”

பாவமாய் சொன்னவளை கடிந்து கொள்ளவும் முடியவில்லை.

பிரபு: “அப்டி என்ன இந்த வேல உனக்கு அவ்வளவு முக்கியம்? இத விட்டா உனக்கு வேற வேலையே இல்லையா?”

அவன் கோபமாய் கேட்க அவள் இல்லையென்று தலையசைத்தாள்.

வைஷாலி: “ரொம்ப கஷ்டப்பட்டுத்தான் இந்த வேலையே கெடச்சது. இனி வேல தேடவும் டைம் இல்லண்ணா. இந்த வேல எனக்கு ரொம்ப அவசியம். ஏன்னு கேக்காதீங்க. அத என்னால சொல்ல முடியாது.”

சொல்லிவிட்டு அழுதவளை பெருமூச்சுடன் பார்த்தான் பிரபு.

பிரபு: “என்ன பொண்ணோ? சரி நீ எதுவும் சொல்ல வேணாம். அழுது வடிக்காம இரு. கொஞ்சமாச்சும் தைரியமா இருக்க கத்துக்கோ. அப்பதான் உன்னால இங்க வேல பாக்க முடியும். இன்னைக்கு நான் வந்தேன். எப்பவும் நான் வருவேன்னு நிச்சயம் இல்ல. உன்ன நீ தான் காப்பாத்திக்கனும்.”

என்றிட, அவளும் சரியென்னு தலையாட்டினாள்.

பிரபு: “தலையை மட்டும் ஆட்டு. ஏதும்னா பயந்து நடுங்கு.”

அக்கறையாய் கண்டித்தவன் தன் பர்சிலிருந்து பணத்தை எடுத்து அவளிடம் நீட்டினான்.

பிரபு: “பக்கத்து கடைல போய் ட்ரெஸ் வாங்கி போடு. நானே வந்து வாங்கி கொடுத்துருவேன். நீயும் தனியா செய்ய பழகிக்கனும்.”

அவன் காரணத்தையும் விளக்கியே சொன்னான்.

வைஷாலி: “இல்லண்ணா. பணமெல்லாம் வேணாம்.” அவள் மறுத்தாள்.

பிரபு: “உண்மையா என்ன அண்ணன்னு நினச்சா இத புடி.”

அவனின் கையில் பணத்தை வலுக்கட்டயாமாய் திணித்து விட்டான். அவனை நன்றியுடன் பார்த்தவள்,

“ரொம்ப தேங்க்ஸ்ண்ணா.” எல்லாவற்றிற்கும் சேர்த்து நன்றியைத் தெரிவிக்க அவளின் தலையைத் தடவியவன் புன்னகைத்தான்.

❀ ❀ ❀

அருகில் இருந்த கடையில் புது ஆடை வாங்கி அணிந்தவள் சில பொருட்கள் வாங்குவதற்காக சுப்பர் மார்க்கெட்டுக்கும் சென்றாள்.

விலை பார்த்து பார்த்து சில பொருட்களை வாங்கி கூடைக்குள் போட்டவளுக்கு ஆதித்யாவின் அத்துமீறல் மூளையில் வந்து வந்து மனதைக் கனக்க வைத்தது.

கண்களில் நீர்க் கசிய யாரும் பார்த்து விடக் கூடாது என்பதற்காக அவசரமாக துடைத்துக் கொண்டாள்.

குரல்: “நான் தான் அப்பவே சொன்னேன்ல? துபாய்ல இருந்து போயிடுங்கன்னு. இந்த இடம் உங்களுக்கு ஏத்தது இல்ல. இங்க இருந்து போறது தான் உங்களுக்கு நல்லது.” திடீரென்று ஒரு குரல் கேட்க, சட்டென குரல் வந்த திசையை திரும்பிப் பார்த்தாள்.

அங்கே ஒருவன் தான் இருந்தான். ஆனால் அவன் இவளைப் பார்க்கவேயில்லை. அவன் பாட்டிற்கு பொருட்களை எடுத்து கூடைக்குள் போட்டுக் கொண்டிருந்தான்.

வைஷாலி: “நீங்க தானே பேசுனீங்க?” அவள் கேட்க அவன் அப்போதும் அவளைத் திரும்பி பார்க்கவில்லை.

புதியவன்: “நான் சொல்றத கேளுங்க. எவ்வளவு வேகமா இந்தியா போக முடியுமா அவ்வளவு சீக்கிரமா போயிருங்க.” அவன் அவளைப் பாராமலே சொல்ல,

வைஷாலி: “unknown number ல இருந்து நீங்க தான் மெசேஜ் பண்றீங்களா?” சந்தேகமாய் கேட்டாள்.

புதியவன்: “உங்களுக்கு வந்த மெசேஜ் எல்லாத்துக்கும் நான் தான் காரணம். அது இப்ப முக்கியம் இல்ல. அந்த ஆதித்யா உங்கள டார்கட் பண்ணிட்டான். உங்கள விடவே மாட்டான்.” அவன் உறுதியாய் சொல்ல அவளுக்கோ மீண்டும் கண்கள் கலங்கியது.

வைஷாலி: “இதப் பத்தி உங்களுக்கு எப்டி தெரியும்? நீங்க ஆரம்பத்துல இருந்து இத தெளிவா சொல்லியிருக்கலாம் தானே. யாருன்னே சொல்லாம எதுக்காக என்ன குழப்புனீங்க?” அவளுக்கு ஆயிரம் கேள்விகள் இருந்தது.

புதியவன்: “உங்களுக்கு அதெல்லாம் சொன்னா புரியாது. நீங்க எப்டி இந்த வேலைய விட்டு போக முடியாம இருக்கீங்களோ அதே மாதிரித்தான் நானும்... தெளிவா சொல்ல முடியாம இருந்தேன். ஆனா முடிஞ்ச

அளவுக்கு உங்கள வார்ன் பண்ணேன். நீங்கதான் கேக்கல. என்ன பண்றது? விதி உங்கள இங்க கொண்டு வந்து நிறுத்தியிருக்கு. ஃபைட் பண்ணுங்க. விதியோட ஃபைட் பண்ணி எப்டியாவது இங்க இருந்து போயிருங்க. இந்த இடம் உங்களுக்கானது இல்ல." அவன் மீண்டும் மீண்டும் அதையே அறிவுறுத்த,

வைஷாலி: "ஆதித்யா என்ன எப்டி டார்கட் பண்ணான்?" புரியாமல் கேட்டாள் அவள்.

புதியவன்: "எதையும் என்னால விளக்காம சொல்ல முடியாது. ஆனா நீங்க இந்த வேலைல இருக்குறதுக்கு அவன் தான் காரணம். அவன்கிட்ட இருந்து தூர போயிருங்க." சொன்னவன் கடகடவென்று அங்கிருந்து வெளியேற எதுவும் புரியாமல் திருதிருவென விழித்து நின்றாள் வைஷாலி.

வைஷாலி: "அப்ப நான் இங்க இருக்குறது எல்லாம் ப்ளானா? ஆதித்யா தான் என்ன இங்க வர வெச்சானா? இவன் யாரு? இவன் ஏன் என் மேல அக்கற படனும்?" மூளை குழம்பி போக இதற்கெல்லாம் பதில் ஒருவனிடம் மட்டுமே இருக்க முடியும் என நினைத்தாள்.

அழைப்பேசியை எடுத்து பிரபுவுக்கு அழைத்தவள் மறுமுனை ஏற்கப்பட்டதும்,

வைஷாலி: "அண்ணா உங்ககிட்ட தனியா பேசனும்." சொல்லிவிட்டு பெருமூச்சொன்றை இழுத்து விட்டுக் கொண்டாள்.

❀ ❀ ❀

பிரபு: “என்னம்மா என்ன பேசனும்?” அவளின் முன் நிற்க,

வைஷாலி: “எனக்கு உண்மைய மட்டும் சொல்லுங்க அண்ணா. என் கண்ண பாத்து.” அவனின் கண்களைப் பார்த்து தீர்க்கமாய் கேட்க பிரபுவுக்கும் எதுவும் புரியவில்லை.

பிரபு: “என்ன உண்ம?”

வைஷாலி: “இந்த வேல எனக்கு எப்டி கெடச்சது? எல்லாம் ஆதித்யாவோட ப்ளான்னா? அவன்தான் ப்ளான் பண்ணி என்ன இங்க வர வெச்சானா? ஸ்டார்ட்ல இருந்தே அவன் என்ன டார்கட் பண்ணானா?” அவள் கேட்க பிரபுவால் அதற்கு மேல் மறைக்க முடியுமா என்ன?

பிரபு: “ஆமா. அவன் உன்ன பாத்ததுல இருந்து உன்ன அடஞ்சே ஆகனும்னு முடிவு பண்ணிட்டான். அதுக்கு என்ன எல்லாம் செய்யனுமோ அத எல்லாம் செஞ்சுதான் உன்ன இங்க வர வெச்சான். சாரி வைஷாலி. என்னால அவன எதுவும் பண்ண முடியல. அவன தடுக்கவும் முடியல.” பிரபு தலையைக் குனிந்து சொல்ல மொத்தமாய் உடைந்து போனாள் வைஷாலி.

வைஷாலி: “அப்ப யாருமே என்ன இந்த வேலைக்காக என்ன ரெகமன்ட் பண்ணலயா?” கண்களில் கண்ணீர் தாரை தாரையாய் வழிய குரல் நடுங்க கேட்டாள்.

பிரபு: “இல்லையே. ஏன் கேக்குற? யார் ரெகமன்ட் பண்ணா?”

வைஷாலி: “எதுவும் இல்லண்ணா. யாரும் ரெகமன்ட் பண்ணல. நான்தான் பண்ணிருப்பாங்களோன்னு நெனச்சேன். நம்பி ஏமாறுறது எனக்கென்ன புதுசா?” விரக்தியாய் சொன்னவள் தளர்ந்த நடையுடன் அங்கிருந்து நடந்து சென்றாள்.

பிரபுவுக்கு பார்க்கவே பாவமாக இருந்தது.

பிரபு: “இவளுக்கு மட்டும் ஏன் இப்டி எல்லாம் நடக்குது?” அவனுக்கே மனது கனத்து போனது.

வைஷாலி: “நீ எனக்காக இத பண்ணுனன்னு சந்தோஷப்பட்டேன் நிலா. ஆனா இது கூட நீ பண்ணலல்ல? நான் தான் உன் மேல பாசமா இருக்கேன். நீ என்ன அக்காவா, ஏன் ஒரு சக மனுஷியா கூட மதிக்கலல்ல? நான் என்ன பாவம் பண்ணேன். ஒருத்தர் கூட உண்மையா எனக்கு கிடைக்க மாட்டேங்குறாங்க?”

உலகமே வெறுத்துப் போனவளுக்கு எதற்காய் இந்த வாழ்க்கை என்று தோன்றத் தொடங்கியது.

தொடரும்.

❀ ❀ ❀

24

இறுதி முடிவு

கண்களில் கண்ணீர் வடிய அதைத் துடைக்க கூட மனம் இல்லாது அந்த வீதியில் தொய்ந்து போய் நடந்து வந்து கொண்டிருந்தாள் வைஷாலி.

வைஷாலி: "ஏன் எனக்கு மட்டும் இப்டி நடக்கனும்? கடவுள் என்ன மட்டும் எதுக்காக இப்டி சோதிக்கனும். முதல்ல அம்மாவ இழந்தேன். எனக்காக ஒரே ஒருத்தியா என் தங்கச்சி இருக்கான்னு நெனச்சா அவளும் என்ன யாரோ மாதிரி பாக்குறா."

அவள் பாட்டிற்கு புலம்பிக் கொண்டு வந்தவளுக்கு வாழ்க்கையே கசந்தது.

"வைஷாலி.." ஒரு ஆண் குரல் அழுத்தமாய் அழைக்க அவள் காதில் அதெல்லாம் விழவில்லை. எந்த ஒரு சிந்தனையுமின்றி வெறுமையாய் நடந்தாள்.

"வைஷாலி." கத்தி அழைக்கத்தான் அவள் காதில் விழுந்து மூளையை எட்ட

வைஷாலி: "ஆங்.."

விழித்துக் கொண்டு குரல் வந்த திசையைப் பார்த்தாள். அவளை வித்தியாசமாய் பார்த்தவாறு ஜீவன்

நின்றிருந்தான். அவசரமாய் மறுபக்கம் திரும்பி கண்களைத் துடைத்துக் கொண்டவள் அவன் அருகில் வந்தாள்.

ஜீவன்: “கூப்ட கூப்ட காதுல வாங்காம போயிட்டே இருக்கீங்க? என்னாச்சு? ஏன் ஒரு மாதிரி இருக்கீங்க?”

அவளின் முகத்தை ஆராய்ந்து கொண்டே அவன் கேட்க கடினப்பட்டு இதழ்களில் புன்னகையை வரவைத்துக் கொண்டாள்.

வைஷாலி: “அதெல்லாம் ஒண்ணுமில்லையே. நான் நல்லாத்தான் இருக்கேன். ஏதோ ஒரு யோசனையில இருந்துட்டேன். நீங்க கூப்டது கேக்கல.”

வைஷாலி: “என்ன இங்க நிக்குறீங்க? ஏதாச்சும் வேலையா வந்தீங்களா?”

சுற்றி முற்றும் பார்த்தவாறே கேட்டாள்.

ஜீவன்: “உங்கள பாக்கத்தான் வந்தேன். வேல பாக்குற இடத்துக்கு வந்தா தேவையில்லாத ப்ராப்ளம் எல்லாம் வரும்னு இங்க நின்னுட்டு இருந்தேன்.”

அவனின் பார்வை இன்னும் அவளின் முகத்ததைத்தான் ஆராய்ந்தது.

வைஷாலி: “நீங்க அங்க வராததும் நல்லதுதான். சரி என்ன விஷயமா என்ன பாக்க வந்தீங்க?”

அவள் நேராய் விடயத்திற்கு வர அவனுக்கு வந்த விடயத்தைப் பற்றி பேச விருப்பமே இல்லை.

ஜீவன்: "அத இன்னொரு நாளைக்கு பேசிக்கலாம். இப்ப நீங்க ஏதோ சரியில்லன்னு தோணுது. ரொம்ப அழுது கண்ணு ரெண்டும் சிவந்திருக்கு. முகம் வீங்கியிருக்கு. கேட்டா எதுவும் இல்லன்னு சொல்றீங்க."

அவன் கேட்க மறுபடியும் அவளின் கண்கள் கலங்கத் தொடங்க அவசரமாய் உள்ளிழுத்துக் கொண்டாள். ஆனால் அதையும் கண்டு கொண்டான் அவன்.

வைஷாலி: "எதுவும் இல்லங்க. வேல செய்ற இடத்துல சின்ன ப்ராப்ளம் அவ்வளவுதான்."

பாதி உண்மையை சொன்னாள்.

ஜீவன்: "என்னன்னு கேட்டு நான் ஃபோர்ஸ் பண்ண விரும்பல. ஆனா நீங்க என்ன ஒரு நல்ல தோழனா நெனச்சா சேர் பண்ணலாம். உங்களுக்கும் மனசுக்கு லேசா இருக்கும்ல?"

அவன் அக்கறையாய் கேட்க அந்த அக்கறையில் கண்கள் கரித்துக் கொண்டு வந்தது அவளுக்கு.

அதற்கு மேல் அடக்க முடியாமல் மீண்டும் அழுது விட்டாள்.

ஜீவன்: "ஏதோ ஒன்னு உங்கள ரொம்ப கஷ்டப்படுத்துது. அழுதுடுங்க. ப்ராப்ளம் இல்ல. யார்கிட்டேயும் சொன்னா லேசாகும்னு நெனச்சா என்கிட்ட தாராளமா மனசு விட்டு பேசலாம்."

அவனின் ஆறுதல் வார்த்தைகள் அவளுக்கு வெகுவாய் தேவைப்பட்டது.

வைஷாலி மைன்ட் வாய்ஸ்: “உனக்கு இப்போதைக்கு தேவ ஒரு ஆறுதல். உனக்குன்னு யாருமே இல்ல. வெண்ணிலா கூட இல்ல. உன் மனசு ஆறனும்னா எல்லாத்தையும் கொட்டி தீத்துரு.”

மனது சொல்ல அதற்கு மேல் முடியாமல் எல்லாவற்றையும் கொட்டி தீர்த்தாள்.

ஆதித்யாவின் அடாவடியிலிருந்து வெண்ணிலாவின் கதை வரைக்கும் சொல்லி முடித்தவள் ஓவென்று அழத் தொடங்கி விட்டாள்.

வைஷாலி: “எனக்கு இதுக்கு மேல முடியல ஜீவன். எதையும் தாங்குற சக்தி இதுக்கு மேல இல்ல. இந்த வாழ்க்கையே வேணாம்னு இருக்கு.”

கதறியவளை என்ன சொல்லி சமாதானப்படுத்துவது என அவனுக்கு தெரியவில்லை. அவள் அழுது கொண்டிருக்க,

ஜீவன்: “ப்ளீஸ் அழாதீங்க வைஷாலி.”

சொல்லிப் பார்த்தும் அவளின் அழுகை அடங்கவில்லை.

ஜீவன்: “சரி விடுங்க. எல்லாம் சரியாயிரும்.”

ஒரு நட்பு மனப்பான்மையில் அவளின் தோளைத் தட்டிக் கொடுத்தான்.

ஜீவன்: “இங்க யாருக்குத்தான் ப்ராப்ளம் இல்ல? எல்லோருக்கும் ஒவ்வொரு ப்ராப்ளம். எல்லாம் சரியாயிடும் விடுங்க. எப்டியும் அம்மாவ தேடிக்

கண்டுபிடிச்சிரலாம். அப்றம் நாம எல்லோரும் ஒரே ஃபேமிலியா சந்தோஷமா இருப்போம். நீங்க வேலைக்கு எல்லாம் போகக் கூட வேணாம். இந்த ப்ராப்ளம் எல்லாம் வராதுல்ல?"

அவன் எதிர்காலத்தைப் பற்றி சொல்ல அவளுக்கோ அப்படி ஒன்று இருக்கிறதா என்ற சந்தேகம்தான்.

வைஷாலி: "வெண்ணிலாவ ரொம்ப நம்புனேன்."

அதுவரை அவன் பேசியது காதில் விழாதது போல் அதையே சொல்லி அழுதாள்.

ஜீவன்: "சரி விடுங்க வைஷாலி. அவக்கிட்ட நான் பேசுறேன். அவ கொஞ்சம் செல்பிஷ்தான் எனக்கும் தெரியும். பட் சின்ன பொண்ணு. எடுத்து சொன்னா புரிஞ்சிப்பா."

அவளின் தோளைத் தட்ட அழுது தீர்த்தவள் மூக்கை உறிந்து இரு கண்களையும் துடைத்துக் கொண்டாள்.

அழுது என்ன பயன் என்று நினைத்தாளோ?

வைஷாலி: "சரி விடுங்க. இதுதான் என் விதின்னு எழுதி இருக்கு."

விரக்தியாய் சொன்னவள்,

வைஷாலி: "சரி நான் கெளம்புறேன். லேட் ஆனா ஏன் எதுக்குன்னு நிறைய கேள்வி லரும்."

செல்லப் போனவளை தனியே விட அவனுக்கு மனமில்லை.

ஜீவன்: “வாக்க நான் ட்ராப் பண்றேன்.”

அவன் சொல்லிவிட்டு பைக்கை எடுக்க அவள் ஏதோ சொல்ல வந்தாள்.

ஜீவன்: “ப்ளீஸ் மாட்டேன்னு சொல்லாதீங்க.”

அவன் சொல்ல அதற்கு மேல் மறுக்க முடியாதவள் அவனுடன் ஏறிச் சென்றாள்.

இருவரும் சென்றதை பின்னால் மறைவிலிருந்து பார்த்துக் கொண்டிருந்தாள் வெண்ணிலா. அவளின் முகம் கோபத்தில் சிவந்து போய் கிடந்தது.

வெண்ணிலா: “சே. சொந்த தங்கச்சிக்கே துரோகம் பண்றாளே. இவன் வேற அவள கொஞ்சிட்டு கட்டிப்பிடிச்சிட்டு நிக்குறான். நான் இத சும்மா விட மாட்டேன்.”

தவறாய் புரிந்து கொண்டவள் அடுத்து என்ன செய்வது என்பதைப் பற்றி தீவிரமாய் யோசித்தாள்.

❀ ❀ ❀

வைஷாலியை அவள் இருக்கும் இடத்தில் விட்டு விட்டு வெண்ணிலா வரச் சொன்ன பார்க்குக்கு வந்தான் ஜீவன்.

அவனின் எண்ணங்களில் வைஷாலியின் கவலை முகமே வந்து போனது. இதைப் பற்றி வெண்ணிலாவிடம் பேச வேண்டும் என்று வந்தவன் அவளைக் கண்களால் தேடினான்.

வழமையாய் அவர்கள் அமரும் பென்ஞ்சில் அமர்ந்திருக்க சிரிப்புடன் அவளின் அருகில் சென்றான்.

ஜீவன்: "ஹாய் பேபி. ரொம்ப நேரமா வெய்ட் பண்றியா?"

அவளின் அருகில் அமர,

நிலா: "எங்க போய்ட்டு வாற?" பட்டென்று கோபமாய்க் கேட்டாள்.

ஜீவன்: "அதப் பத்தித்தான் உன்கிட்ட பேசலாம்னு இருந்தேன். வைஷாலி..."

அவன் சொல்ல வாயெடுக்க நிலாவோ வேண்டாம் போதும் என்பது போல் கையைக் காட்டினாள்.

நிலா: "போதும் நிறுத்து. அவ பேர சொல்லாதே. கேட்டாலே எரிச்சலா இருக்கு."

உச்சகட்ட கோபத்தில் அவள் கத்த அவனுக்கு என்றால் எதுவுமே புரியவில்லை.

ஜீவன்: "எதுக்குடி இப்ப இவ்வளவு டென்ஷன் ஆகுற? உன்னோட அக்கா தானே அவங்க? ஏன் இந்த அளவு வெறுப்பு உனக்கு?"

அவனுக்கு ஏன் என்று காரணம் தெரிந்தாக வேண்டி இருந்தது.

அவனின் குரலில் கொஞ்சம் கடுமையும் ஏறி இருந்தது.

நிலா: “ஏன் வெறுக்குறேன்னா? ஒரு அக்கா பண்ற காரியமா அவ பண்றா? அவ ஒரு துரோகி. அவ மட்டும் இல்ல. நீ கூட துரோகி தான்.”

அவள் கத்த இவனோ அவளை முறைத்துப் பார்த்தான்.

ஜீவன்: “வார்த்தைய பாத்து பேசு நிலா. நான் என்ன துரோகம் பண்ணேன் உனக்கு?”

எரிச்சலாய் கேட்க,

நிலா: “நீங்க பண்றதெல்லாம் தெரியாதுன்னு நினைக்குறியா? அது தான் கண்ணாலே பாத்தேனே. நீயும் அவளும் ரோட்ல கட்டுப்புடிச்சு நின்னத. தங்கச்சியோட ஆளுன்னு அவளுக்கும் நெனப்பு இல்ல. உனக்கும் வெக்கம் இல்ல ஜீவன்.”

கோபமாய் அவள் சொல்ல ஜீவனுக்கு இப்போதுதான் எல்லாம் புரிந்தது. இன்று நடந்ததைத்தான் சொல்கிறாள். ஆனால் இவளுக்கு வேற மாதிரியாகத் தெரிந்திருக்கிறது என மூளைக்கு உறைத்தது.

ஜீவன்: “பைத்தியம் மாதிரி பேசாத நிலா. என் மேல இருக்குற நம்பிக்க அவ்வளவுதான்ல? நான் கட்டுனா உன்ன மட்டும்தான் கட்டுவேன்னு இருக்கேன். ஆனா நீ எதையோ தப்பா பாத்துட்டு இப்டி கேவலமா பேசிட்டு இருக்க. ஏன் உன் புத்தி இப்டி போகுது?”

ஒரு வித ஆற்றாமையில் கேட்டவனை அப்போதும் நம்பாத பார்வை பார்த்தாள் அவள்.

நிலா: “உனக்கு இப்ப நான் பண்றதெல்லாம் கேவலமாத்தான் தெரியும். ஏன் நான் கூட

கேவலமாத்தான் தெரிவேன். அதுதான் உன் கண்ணுக்கு அழகா அவ…"

ஜீவன்: "போதும் நிறுத்து நிலா. என்னையும் வைஷாலியையும் சேத்து வெச்சு பேசாதே. ரொம்ப அசிங்கமா இருக்கு. உன் அக்கா மேல பாசம்தான் இல்லன்னு நினச்சேன். ஆனா இப்பதான் புரியது. உனக்கு அவங்க அக்காங்குற நினைப்பே இல்ல. நாங்க சந்திச்சு பேசுறது உங்க அம்மாவ கண்டுபுடிச்சு உன்ன சர்ப்பரைஸ் பண்ணத்தான். ஆனா நீ.."

அதற்கு மேல் பேசாமல் கை முஷ்டியை இறுக்கி கோபத்தில் பெஞ்சில் ஒரு குத்து குத்தினான்.

நிலா: "நான் கேட்டேனா? எனக்கு சர்ப்ரைஸ் கொடுங்கன்னு நான் கேட்டேனா? நீங்களா ஒன்ன பண்ணிட்டு என்ன ரீசன் சொல்லாதீங்க. கடுப்பா இருக்கு. சர்ப்ரைஸ்ஸாம் சர்ப்ரைஸ்."

அலுத்துக் கொண்டாள் அவள்.

ஜீவன்: "ஆமாடி. உனக்காக யோசிச்சேன் பாரு என் தப்புத்தான்."

தலையில் அடித்துக் கொண்டான் ஜீவன்.

நிலா: "எல்லாம் தப்பாத்தான் தெரியும் ஜீவன்."

அவள் மீண்டும் ஆரம்பித்த இடத்துக்கே வர,

ஜீவன்: "எம்மா தாயே! தயவு செஞ்சு இந்த பேச்ச விடு. அவங்க அழுதாங்க. பாவம் ரொம்ப கஷ்டப்படுறாங்க.

ஆறுதல் சொன்னேன். அவ்வளவுதான். நீ நினலக்குற மாதிரி எதுவும் இல்ல."

இறுதியாய் அவளுக்கு விளக்கம் சொல்ல முயல அதையெல்லாம் கேட்கும் ரகமா அவள்.

நிலா: "ஓஓஓ! அவ கஷ்டப்பட்டா உனக்கு மனசு தாங்கலயோ? எல்லாம் என் நேரம். இப்டி ஒரு அக்கா. இப்டி ஒரு லவ்வர். சே."

கடுப்பாய் சொல்ல ஜீவனுக்கோ அப்படி ஒரு கோபம் வந்தது. இருந்தும் கட்டுப்படுத்திக் கொண்டான்.

ஜீவன்: "இப்ப என்னதான்டி பண்ணனும்னு நினைக்குற? நான் தப்பு பண்ணலன்னு உன் கால்ல விழனுமா?"

பல்லைக் கடித்துக் கேட்க நிலாவோ அவனை உறுதியாய் ஒரு பார்வை பார்த்தாள்.

நிலா: "ஏன்ன கல்யாணம் பண்ணிக்கோ. இன்னைக்கே. இப்பவே."

அவள் உறுதியாய் சொல்ல

ஜீவன்: "வாட்?"

அதிர்ந்து போய் அவளைப் பார்த்தான் ஜீவன்.

தொடரும்..

25

திருமணம்

மாயா: "சே. என்ன பொண்ணு அவ? உன்னத்தான் நம்பல. லவ் பண்ண பையன கூட நம்ப மாட்டாளா? உனக்கு இப்டி ஒரு தங்கச்சியான்னு ஆச்சர்யமா இருக்கு வைஷாலி."

அவள் சொல்ல வைஷாலியின் இதழ்களோ விரக்தி புன்னகை சிந்தியது.

வைஷாலி: "அவ அப்டித்தான். அவளுக்கு அவளும், அவளோட வாழ்க்கையும் தான் முக்கியம்."

வெறுமையாய் அவள் சொல்ல மாயாவுக்கே வைஷாலியை நினைக்க வருத்தமாய் இருந்தது.

மாயா: "சரி அப்றம் என்னாச்சு? மேல சொல்லு?" அவளின் கவனத்தை திசை திருப்ப கதையைக் கேட்டாள்.

வைஷாலி: "ஜீவன் அவங்க வீட்ல பேசி, சண்ட போட்டு கல்யாணத்துக்கு சம்மதம் வாங்குனாரு. நிலாவோட பிடிவாதத்தால ஒரே வாரத்துல வெடிங்

பிக்ஸ் பண்ணாங்க." மீதி கதையை சொல்லத் தொடங்கினாள்.

❀ ❀ ❀

வைஷாலி கூரையை வெறித்துப் பார்த்துக் கொண்டிருக்க கதவு தட்டும் சத்தம் கேட்டது. யார் வந்திருப்பார்கள் என யோசனையுடன் கதவைத் திறந்தாள். வெளியே ஜீவன் நின்றிருந்தான். அந்த சம்பவத்திற்கு பிறகு அப்போதுதான் ஜீவனைக் காண்கிறாள் அவள்.

வைஷாலி: "வாங்க ஜீவன். உள்ள வாங்க."

அவனுக்கு அலைப் பேசி அழைத்தும் அவன் எடுக்கவில்லை. அடுத்த தடவை அழைக்கும் போது அழைப்பே செல்லவில்லை. தன்னைத் தவிர்க்கிறான் என தெளிவாகப் புரிந்து போனது. இருந்தும் வீட்டுக்கு வந்தவனை இன்முகத்தோடு வரவேற்க அவனோ தயங்கி நின்றான்.

ஜீவன்: "இல்லைங்க பரவால்ல. இன்விடேஷன் கொடுக்கலாம்னு வந்தேன்."

ஒரு கார்டை எடுத்து அவளிடம் நீட்ட என்னவெனப் புரியாமல் அதை வாங்கி பிரித்தாள். அதில் வெண்ணிலா வெட்ஸ் ஜீவன் என்று இருந்ததைக் கண்டதும் அவளின் கண்கள் கலங்கியது.

திருமணத்தைப் பற்றி ஒரு வார்த்தை சொல்லக் கூடாத அளவுக்கு தான் அவளுக்கு அந்நியம் ஆகி விட்டோமா

என்று நினைக்கும் போதே நெஞ்சை அடைத்துக் கொண்டு வந்தது.

வைஷாலி: “கன்க்ராட்ஸ் ஜீவன்.”

நடுங்கிய குரலில் சொல்ல அவளின் உணர்வுகளை ஜீவனாலும் புரிந்து கொள்ள முடிந்தது.

ஜீவன்: “சாரி வைஷாலி. திடீர்னு ஏற்பாடு பண்ணதுல உங்ககிட்ட சொல்ல முடியல.”

அவன் அவளின் மனநிலையை சமாளிக்க முயல இதழோரம் ஏளனமாய் சிரித்தாள் வைஷாலி.

வைஷாலி: “பரவால்ல விடுங்க ஜீவன். இதெல்லாம் எனக்கென்ன புதுசா?”

அந்த வார்த்தைகளில் அத்தனை வலி இருந்தது.

ஜீவன்: “உங்க வொர்க் எப்டி போகுது? அவன் இன்னும் ப்ராப்ளம் பண்றானா?”

அவளைத் திசை திருப்ப பேசினாலும் அந்த விடயத்தைப் பற்றி அவனுக்கு தெரிய வேண்டியிருந்தது.

வைஷாலி: “எல்லாம் பழகிருச்சு ஜீவன். எதிர்த்து நிற்க முடியாத நிலமைல நான் இருக்கேன். அழுதுட்டே எல்லாத்தையும் கடந்து வந்துருவேன். தட்ஸ் ஆல்.”

புன்னகையுடன் அவள் சொல்ல, ஜீவனுக்கு பெரும் குற்றவுணர்ச்சியாய் இருந்தது.

ஜீவன்: “சாரிங்க. உங்களுக்கு ஹெல்ப் பண்ண முடியாத நிலமைல நான் இருக்கேன். நிலா நாம ரெண்டு

பேரையும் தப்பா நினைக்குறா. அதுதான் உங்கள அவொய்ட் பண்ண வேண்டியதா போச்சு. அவளுக்கு எப்டியும் எல்லாத்தையும் புரிய வைக்குறேன். நீங்க மனச தளர விட்றாதீங்க."

அவன் தைரியம் சொல்ல இந்த விடயத்தைக் கேட்டு இன்னும் சுக்கு நூறாய் உடைந்து போனது அவளின் மனம். இருந்தும் வெளியில் காட்டிக் கொள்ளாமல் புன்னகைத்தாள்.

வைஷாலி: "அவ பக்கமும் நியாயம் இருக்கு. நீங்க செஞ்சதுதான் சரி. உங்க வாழ்க்கையையும் நீங்க பாக்கனும் இல்லையா ஜீவன்? அவதான் உங்க வாழ்க்க. நான் உங்களுக்கு யாரோதான். சோ அவள நல்லபடியா பாத்துக்கோங்க. சின்ன பொண்ணு. வாய் துடுக்கு ஜாஸ்தி. முன்ன பின்ன பேசுனா கொஞ்சம் அட்ஜஸ்ட் பண்ணிக்கோங்க."

இன்னும் தங்கைக்காக நல்லது மட்டுமே நினைப்பவளைப் பார்த்து வியந்து போனான். இவளை நிலா புரிந்து கொள்ளவில்லையே என்று கவலையாக இருந்தது.

ஜீவன்: "கண்டிப்பா நல்லா பாத்துக்குறேன். மனசுல எதையும் வெச்சுக்காம கல்யாணத்துக்கு வந்துருங்க."

அவனின் வார்த்தைகளில் வந்தே ஆக வேண்டும் என்ற அழுத்தம் இருந்தது.

வைஷாலி: "என் தங்கச்சி கல்யாணம்ல? கண்டிப்பா வாறேன்."

சிரிப்போடு சொல்ல,

ஜீவன்: “சரிங்க நான் வறேன்.”

சொல்லி விட்டு அவன் சென்று விட கதவை சாத்தியவள் மீண்டும் அந்த கல்யாணப் பத்திரிகையைப் பார்த்தாள்.

கண்களில் கண்ணீர் வடிய அதைக் கட்டிக் கொண்டவளுக்கு தான் மட்டும் இந்த உலகில் தனியாய் இருப்பது போல் தோன்றியது.

இன்று...

வைஷாலி: “அந்த நிமிஷம் யாருமே இல்லாத மாதாரி பீல் பண்ணேன். சொல்லி அழக் கூட யாருமில்ல மாயா. அந்த வேதன யாருக்கும் வரக் கூடாது.”

இப்போதும் அதை நினைத்து கண்ணீர் சிந்த மாயாவுக்கும் கண்கள் கலங்கியது.

மாயா: “அப்ப நீ கல்யாணத்துக்கு போனியா?”

போய் இருக்க கூடாது என்று நினைத்துக் கொண்டே மாயா கேட்க கண்ணீரை உள்ளிழுத்துக் கொண்டவள் மெல்லமாய் ஆம் என தலையசைத்தாள்.

மாயா: “ஆனா நீ போய் இருக்கக் கூடாது வைஷாலி. நாம வேண்டாம்னா அவங்க நமக்கும் வேணாம்னு இருக்க வேணாமா?”

கடுப்பாய் அவள் கேட்க,

வைஷாலி: “நீ எழுதுற கதைல வேணா அப்டி இருக்கலாம். நிஜத்துல மனிதனோட உணர்வுகள்

ரொம்ப வித்தியாசமானது. அந்த கல்யாணத்துக்கு நான் போனேன். ஆனா போனப்றம் ஏன்டா போனோம்னு நொந்து போயிட்டேன்."

மனதில் பெரும் கனத்துடன் சொன்னாள்.

அன்று திருமண நாள்.

யாரோ விருந்தாளி போல் அந்த மண்டபத்துக்குள் நுழைந்தாள் வைஷாலி. அவளின் கண்கள் சுற்றும் முற்றும் ஆராய்ந்தது. ஏதோ இருந்த பணத்தில் சிறு பரிசை வாங்கியவள் ஆசையாய்த்தான் தங்கையின் திருமணத்தைப் பார்க்க வந்தாள்.

வைஷாலி: "பொண்ணோட ரூம் எங்க இருக்கு?"

அங்கு வந்த ஒரு பெண்ணிடம் கேட்க

புதியவள்: "வைஷாலி அக்கா. நிலாவோட அக்காதானே நீங்க? என்ன இப்பதான் வறீங்க? சரி வாங்க."

வைஷாலியை அடையாளம் கண்டு கொண்டவள் அவளை இழுத்துக் கொண்டு மணமகள் அறைக்குச் சென்றாள். உள்ளே அழைத்துச் சென்றவள்

புதியவள்: "நிலா. உங்க அக்கா வந்திருக்காங்க." அவள் சொன்னதும் மணப்பெண்ணுக்கான சர்வ அலங்காரங்களுடன் கண்ணாடி முன் நின்றிருந்தவளின் முகம் மாறியது.

நிலா: "எல்லோரும் கொஞ்சம் வெளிய இருங்க. நான் அக்கா கூட தனியா பேசனும்."

அவள் சொல்ல மொத்த பேரும் வெளியானார்கள்.

வைஷாலி: "நி.."

நிலா: "எதுக்கு வந்த?"

முகத்தில் அடித்தது போல் அவள் கேட்ட முதல் கேள்வி அதுதான்.

வைஷாலி: "ஏன்டி இப்டி பேசுற? எனக்கு இருக்குற ஒரே ஒரு உறவு நீ மட்டும்தான். உன் கல்யாணத்துக்கு நான் வரக் கூடாதா?"

ஏக்கமாய் அவள் கேட்க முகத்தை சுழித்தாள் நிலா.

நிலா: "எதுக்காக வரனும்? ஏன் வரனும்? உன்னாலதான் என்னோட நிம்மதியே போச்சு. எனக்கு இருக்குற ஒரே ஒரு ப்ராப்ளம் நீதான். நீ என்னைக்கு துபாய்க்கு வந்தியோ அன்னைல இருந்து நான் நிம்மதியா இல்ல. நீ என்ன நிம்மதியா இருக்க விடல. அக்கான்னா தங்கச்சிய வாழ வைக்கனும். நீ என்னோட வாழ்க்கைய கெடுக்குறதுக்குன்னே இருக்க. நீ வரலன்னு யார் அழுதா? நீ வர வேணாம்னுதானே நான் உனக்கு இன்விடேஷன கொடுக்கல? அதக் கூட புரிஞ்சுக்க முடியாதா உன்னால? கல்யாணத்துல கூட என்ன சந்தோஷமா இருக்க விட மாட்டியா?"

அவளின் கத்தல் ஈட்டியாய் வைஷாலியின் நெஞ்சைத் தாக்க மொத்தமாய் உடைந்து போனாள் அவள்.

வைஷாலி: "நான் என்ன பண்ணேன் நிலா உனக்கு?"

கண்ணீர் வடிய கேட்க நிலாவுக்கு அவள் அழுவது இன்னும் எரிச்சலைக் கொடுத்தது.

நிலா: “சும்மா அழுது சீன் க்ரியேட் பண்ணாதே. நீ அழுது மத்தவங்கள வேணா நீ ஒரு இன்னொசன்ட்னு நம்ப வைக்கலாம். ஆனா என்கிட்ட உன்னோட ஆக்டிங் செல்லாது. இதுவரைக்கும் தான் தொல்லையா, சாபமா இருந்த. கல்யாணம் பண்ண அப்றமாவது உன் தொல்ல இல்லாம நிம்மதியா இருக்கலாம்னு பாத்தா இப்ப வந்து நிக்குற.”

எரிச்சலாய் சொன்னவள்,

நிலா: “இங்கப் பாரு. என் கல்யாண வாழ்க்கையில நீ பிரச்சினையா வரக் கூடாதுன்னு நினைக்குறேன். சோ கல்யாணம் முடிஞ்சதும் யார் கண்ணுலேயும் படாம போயிரு.”

அவள் மிரட்ட பொங்கி வந்த அழுகையை அடக்கி விழுங்கிக் கொண்டவள்,

வைஷாலி: “நான் உன் லைஃப்ல இனி தொல்லையா இருக்க மாட்டேன் நிலா. நீ என்ன இந்த அளவுக்கு நினைக்குறன்னு எனக்கு இப்பதான் தெரியும். முன்னாடி தெரிஞ்சிருந்தா இங்க வந்திருக்கவே மாட்டேன். சாரி நிலா.”

மனம் கனக்க சொன்னவள் கையில் இருந்த பரிசை அவளிடம் நீட்டினாள்.

வைஷாலி: “என்னோட கடைசி கிஃப்ட்டா இத வாங்கிக்கோ.”

அதைப் பார்த்து சலித்துக் கொண்டவள்,

நிலா: “பெரிய தங்க நகையா வாங்கி வெச்சிருப்ப? அஞ்சுக்கும் பத்துக்கும் அடிபட்டு வாங்கியிருப்ப. அதுல வெச்சிட்டு போ.”

அதைக் கையில் கூட வாங்காமல் மேசையைக் கண் காட்ட விரக்தியாய் புன்னகைத்தாள் வைஷாலி.

வைஷாலி: “நல்லா இரு.”

மனதார சொன்னவள் அங்கிருந்து நகர, அழைத்தாள் நிலா.

நிலா: “கொஞ்சம் நில்லு.”

அத்தனை திமிர் அவளின் குரலில்.

நிலா: “வந்தவங்கள வெறும் கையோட அனுப்புற பழக்கம் இல்ல எனக்கு. வகை வகையா சாப்பாடு போடுறாங்க. அதெல்லாம் நீ வாழ்க்கைல பாத்திருப்பியோ என்னமோ? போய் சாப்டுட்டு போ.”

ஏதோ பிச்சை போடுவது போல் சொன்னாள் அவள்.

வைஷாலி: “என்கிட்ட பணம் இல்லாம இருக்கலாம். தன்மானம் இருக்கு.”

வைஷாலி உறுதியாய் சொல்ல,

நிலா: “அத வெச்சு ஒன்னும் கிழிக்க முடியாது.”

ஏளனமாய் சொன்னவளை நினைத்து வருத்தமாகவும் இருந்தது.

வைஷாலி: "வாழ்க்கைல பணம் மட்டும் பெருசில்லன்னு சீக்கிரம் புரிஞ்சுப்ப நிலா."

அறிவுறுத்தியவள் அங்கிருந்து தளர்ந்த நடையுடன் வெளியேறினாள்.

இனி இவளை வாழ்வில் பார்க்கவே கூடாது என கடவுளிடம் வேண்டிக் கொண்டு மண்டபத்தை விட்டு வெளியே காலடி வைத்தாள் வைஷாலி.

❀ ❀ ❀

வைஷாலி: "அவளால நிறைய அழுதுட்டேன் மாயா. நிறைய பட்டுட்டேன். அவள பாக்கவே கூடாதுன்னு இருந்தேன். அன்னைக்கு அவள பாத்துத்தான் ரொம்ப ஸ்ட்ரஸ் ஆகி மயங்கி விழுந்தேன்."

வைஷாலி சொல்ல மாயாவுக்கு ஒரு எழுத்தாளராய் அவளின் உணர்வுகள் தெளிவாய் புரிந்தது.

மாயா: "அப்ப நீ அந்த கேடு கெட்டவன்கிட்ட வேல பாக்குறதுக்கு இது தான் காணரமா?"

அவள் கேட்க பெருமூச்சு விட்டாள் வைஷாலி.

தொடரும்..

❀ ❀ ❀

26

இந்தியாவை நோக்கி

மாயா: "நா உன்கிட்ட ஒன்னு சொல்லட்டா?"

வைஷாலி: "ம்... சொல்லு...!"

மாயா: "நீ பேசாம இந்தியாவுக்கே போயிடு!"

அவள் கூற, சட்டென திரும்பி பார்த்தாள் வைஷாலி.

வைஷாலி: "இவ்ளோ நேரம் நா என்ன உன்கிட்ட கதையா சொல்லிட்டு இருந்தேன்? எனக்கு மட்டும் இங்க இருக்க ஆசையா என்ன? போகணும்னா காசு வேணும் ல!"

முக வாட்டத்தோடு கூறியவளை அணைத்துக் கொண்டாள் மாயா.

மாயா: "காசு பத்தி எல்லாம் நா பாத்துக்குறேன். என்கிட்ட இருக்கு. அது மட்டும் இல்லாம நானும் இந்தியா போக போறேன். நாம சேந்து போகலாமா?"

அவள் கேட்க, வைஷாலியின் விழிகள் மின்னின.

வைஷாலி: "நீ நிஜமா தான் சொல்றியா?"

தான் கேட்டது உண்மைதானா என்னும் ரீதியில் அவள் கேட்க,

மாயா: “ஆமா... நாம போகலாம்”

உறுதியாய் சொன்னவளை கட்டிப்பிடித்து கன்னத்திலே முத்தமிட்டாள். இந்த நொடி வைஷாலிக்குள் இருக்கும் சந்தோஷம் எந்த அளவு என்று அவளால் கூட எடுத்துரைக்க முடியாது.

மாயா: “சரி உன் பாஸ்போர்ட் எல்லாம் ரெடி பண்ணிக்க. அப்றம் உன்னோட அந்த வீணா போன தங்கச்சி கிட்ட சொல்லனும்னாலும் சொல்லிக்க. நா எவ்வளவு சொன்னாலும் கேட்க மாட்ட. Just get ready!”

என்று விட்டு மாயா எழுந்து செல்ல,

வைஷாலி: “இன்னொரு தடவ அவள டிஸ்டர்ப் பண்ண மாட்டேன் மாயா! ஆனாலும் நா செய்ய வேண்டிய வேலை இன்னும் கொஞ்சம் பாக்கி இருக்கு”

கத்தி சொன்னாள் வைஷாலி.

மாயா: “திருந்தாத ஜென்மம்...!”

அவள் தங்கையைக் குறித்து தான் சொல்கிறாள் என நினைத்த மாயா, சிறு புன்னகையோடு திட்டியவள், ஒரு கும்பிடு போட்டுவிட்டு செல்ல, அதே புன்னகை வைஷாலியின் முகத்திலும் ஒட்டிக் கொண்டது.

அடுத்த நாள் காலை வைஷாலிக்கு மிகவும் புத்துணர்ச்சியோடு விடிந்தது. இத்தனை நாட்கள் அவள் துபாயில் கண்ட காலை நேரத்திற்கு நேர் நிகராய் அது இருக்க, எழுந்து சோம்பல் முறித்தவள், காலைக்

கடன்களை முடித்து காஃபி போட்டு குடித்துவிட்டு வெளியேறினாள்.

துபாயை விட்டு செல்லப் போகிறாள். அவள் விடை பெறவேண்டிய ஒருவர் என்றால் அது க்ரிஷிகாவின் குடும்பம் தான். வீட்டிலிருந்து வெளியேறியவள் சென்று நின்றது அவர்கள் வீட்டிற்கு முன்னால் தான். கதவு தட்டப்பட, வழக்கம் போல அவளை இன்முகத்தோடு வரவேற்றனர் தம்பதியினர்.

திவ்யா: “என்ன வைஷாலி… இன்னைக்கு உங்க முகத்துல புது பொலிவு தெரியுதே!”

அவள் ஒன்றும் பொய்யுரைக்கவில்லை. நிஜத்தில் அன்று வைஷாலி உணர்ந்த சந்தோஷம், அவளது வதனத்தில் பிரதிபலிக்க தான் செய்தது.

வைஷாலி: “அதுக்கு ஒரு காரணம் இருக்கு…!”

அருண்: “உங்களுக்கு மேரேஜ் ஃபிக்ஸ் ஆகிடுச்சா என்ன?”

அவன் கேட்க, சட்டென அதிர்ந்து நிமிர்ந்து பார்த்தாள் வைஷாலி.

திவ்யா: “அருண்…!!”

அவள் மெல்ல அதட்ட,

அருண்: “இல்ல… சொல்ல முன்னாடியே ரொம்ப வெக்கப்படுறாங்களே! So, கல்யாணமா இருக்குமோ ன்னு நினைச்சிட்டேன்!”

சொன்னவன் அசடு வழிந்தான்.

வைஷாலி: “அதெல்லாம் ஒன்னும் இல்லைங்க!”

மெல்ல சிரித்தவள் வழக்கம் போல விழிகளை சுழல விட்டாள்.

வைஷாலி: “க்ரிஷி எங்க…?”

திவ்யா: “அவள் தான் ஸ்கூல் போயிட்டாளே!”

சந்தோஷத்தில் வைஷாலிக்கு அனைத்தும் மறந்து போயிருந்தது.

வைஷாலி: “அட ஆமால்ல…! என்னன்னா, நா இன்னைக்கு இந்தியா கிளம்புறேன். அது தான் எல்லாரையும் கடைசியா பாத்துட்டு போகலாமே ன்னு வந்தேன்! But, டைமிங் தப்பாகிடுச்சு!”

அவள் உதட்டை பிதுக்க,

அருண்: “அட என்னங்க… இதுக்காக எல்லாம் கவலைப்படுவாங்களா? இப்ப தான் வீடியோ கால் வசதி எல்லாம் வந்துடுச்சே! ஸ்கைப் ல பேசலாம். நீங்க இந்தியா ரீச் ஆனதும் எங்களுக்கு ஒரு மெசேஜ் மட்டும் குடுங்க. க்ரிஷிகாவுக்கு கால் பண்ணி தர்றோம்!”

என்றவனின் தோளில் ஆம் என்றபடி சாய்ந்து கொண்டாள் திவ்யா. அந்த இருவரையும் பார்க்க அத்தனை சந்தோஷமாக இருந்தது வைஷாலிக்கு. ஒரு வீட்டில் தாய் தந்தையர் ஒருவரை ஒருவர் காதலித்தால், அந்த வீட்டில் இருக்கும் பிள்ளைகள் மிக

மிக அதிர்ஷ்டசாலிகள் என்று பலர் சொல்வதுண்டு. அதற்கு ஏற்ப இவர்கள் இருக்க, கரிஷிகா ஆனந்தமான வாழ்க்கையை தான் வாழ்கிறார் என்று குருட்டுத்தனமாய் நம்பினாள் வைஷாலி. இவர்கள் இருவரும் மற்றவர்களின் முன்னால் மட்டும் தான் உயிரானவர்கள் என்று அவளுக்குத் தெரியாது அல்லவா!

வைஷாலி: “அப்போ சரிங்க... நான் கிளம்புறேன்!”

என்றவள் அவர்கள் கொடுத்த காபியை குடித்துவிட்டு, மனம் நிறைந்த சந்தோஷத்துடன் அங்கிருந்து கிளம்பினாள்.

இரவு - விமான நிலையத்தில்...

மாயா: “மறக்காம எல்லாத்தையும் எடுத்துட்ட ல!”

வைஷாலி: “ம்....”

மாயா: “ஆசிரமத்துல குழந்தைகளுக்கு குடுக்க சாக்லேட்ஸ் வாங்கணும்னு சொன்னியே! வாங்கிட்டியா?”

வைஷாலி: “ம்...”

மாயா: “வெளிய என்னவோ வேலை முடிக்கணும்னு நேத்து சொன்னியே! முடிச்சிட்டியா?”

வைஷாலி: “ம்...”

அதைத்தவிர அவளிடத்தில் வேறெந்த பதிலும் வரவில்லை. நேற்று இந்தியா கிளம்புவதாக மாயா

சொன்ன போது, துள்ளிக் குதிக்காத குறையாக முகத்தில் அத்தனை சந்தோஷத்தைத் தாங்கி நின்று கொண்டிருந்த வைஷாலி இவள் இல்லை.

மாயா: "உனக்கு என்ன ஆச்சு? ஏன் இப்போ ஒரு மாதிரி இருக்க?"

புரியாமல் குழப்பத்தில் கேட்டாள்.

வைஷாலி: "எதுவும் இல்ல மாயா!"

குரலில் சுரமே இல்லாமல் பதில் சொன்னாள்.

மாயா: "உன்ன பத்தி எனக்கு தெரியாதா? ஒழுங்கா சொல்லு! என்ன ஆச்சு?"

அழுத்தமாய் மாயா கேட்க, கண்ணீரோடு முகம் திருப்பி மாயாவைப் பார்த்தாள் வைஷாலி...

காலை நேரம் - க்ரிஷிகாவின் வீட்டில் இருந்து வெளியேறிய தருணம்...

"ஆன்ட்டி...!!"

செல்லப்போன வைஷாலியின் கரத்தை அன்று போல் இன்றும் பிடித்தது ஒரு சிறு கரம். யார் என்று உடனே யூகித்தாள்.

வைஷாலி: "தம்பி... உனக்கு என்ன பிரச்சனை? அன்னைக்கு அருண் சார் சொன்னாரு. இந்த மாதிரியெல்லாம் பண்ணக்கூடாது தம்பி!"

அவள் சொல்ல, இவனோ சுற்றும் முற்றும் பார்த்தான்.

அர்ஜுன்: "அவரு சொன்னதெல்லாம் நம்பாதீங்க. நாம இங்க இருந்து பேச வேண்டாம். அந்த தடியன் எப்ப வேணும்னாலும் வந்துடுவான். கொஞ்சம் என் கூட வாங்க!"

என்றவன் அவளின் அனுமதியை கூட கேட்காமல் வைஷாலியின் கரம் பிடித்து அழைத்து சென்றான். யாரும் இல்லாத இடத்தில் நின்று ஆரம்பத்தில் இருந்து இறுதிவரை அனைத்தையும் கொட்டித் தீர்த்தான்.

வைஷாலி: "சும்மா கத கட்டி விடாத அர்ஜுன். அவ ரொம்ப சந்தோஷமா இருக்கா!"

அவள் கண்ட காட்சிக்கும் இவன் சொல்லும் கதைக்கும் சம்பந்தமில்லாமல் இருக்க, இவளால் நம்பவே முடியவில்லை.

அர்ஜுன்: "ஐயோ…! நா எதுக்காக பொய் சொல்லணும்? க்ரிஷிக்கு art பண்ற பழக்கம் இருக்கு ல?"

சரியாய் அவன் கேட்க, ஆம் என்றாள் வைஷாலி.

அர்ஜுன்: "இங்க பாருங்க… இதெல்லாமே அவ வரைஞ்ச art தான். இது தான் அந்த வீட்லயும் நடக்குது. நீங்க அத நம்பி தான் ஆகணும். also, இந்த voice recording கொஞ்சம் கேளுங்க!"

தன் கையில் இருந்த செல்லில் ஏதோ ஒன்றை காட்டினான். கரகரவென்று இருந்தது. ஆனாலும் ஓரளவுக்கு புரிந்தது.

அன்று முதல் முறை இவள் வந்து விட்டுப் போனதும், க்ரிஷிகாவை வீட்டுக்கு அழைத்து வந்தவர்கள்

பேசிக்கொண்ட வார்த்தைகள் தான் அவை. இதைக் கேட்ட அடுத்த நொடி வைஷாலியின் கண்கள் ரெண்டும் கலங்கிப் போக, இறுதியில் இதுவும் பொய் தானா என்று நினைக்கையில், அவள் நெஞ்சம் சொல்ல முடியாத வலியை தத்தெடுத்துக் கொண்டது.

அர்ஜுன்: "இப்பவாச்சும் நம்புங்க ஆன்ட்டி. க்ரிஷி ரொம்ப பாவம். அவங்க டெய்லி அவள போட்டு கஷ்டப்படுத்துறாங்க. அவளுக்கு அந்த ஆசிரமத்துல இருக்க தான் பிடிச்சிருக்கு. நீங்க இந்தியா போறதா சொல்லிட்டு இருந்தீங்க ல! தயவு செஞ்சு அவளையும் கூட்டிட்டு போயிடுங்க!"

அந்தப் பையன் கொண்ட அன்பு இவளின் மனதை பிசைய,

வைஷாலி: "எடுத்தோம் கவுத்தோம்னு இத பண்ண முடியாது அர்ஜுன். நமக்கு இந்த குரல் எல்லாம் இல்ல. சரியான வீடியோ ஆதாரம் தேவ. நா இந்தியா போய் இது சம்பந்தமா association ல complain பண்றேன். அவங்க வந்து இவங்கள அரெஸ்ட் பண்ணுவாங்க. ஓகேவா...! நீ என்கிட்ட இத பத்தி சொன்னதா யார்கிட்டயும் காட்டிக்காத!"

அர்ஜுனின் தலை வருடி சொன்னவள், அங்கிருந்து வந்ததிலிருந்து இப்படித்தான் முகத்தை உம்மென்று வைத்துக்கொண்டு இருக்கிறாள். வைஷாலி இதை மாயாவிடம் சொல்லி முடிக்கும் போது, இருவரும் விமானத்தில் ஏற வேண்டிய நேரம் அது.

வைஷாலி: "எனக்கு என்ன பண்றது ஏது பண்றதுன்னு எதுவுமே புரியல மாயா! இங்கே எல்லாமே தப்பு தப்பா இருக்கு!"

கண் கலங்கி அவள் சொல்ல,

மாயா: "மொதல்ல இப்டி எல்லாத்துக்கும் அழுவுறத நிறுத்தி தொலை. நீ இந்த மாதிரி இருக்குறதால தான் எல்லா தப்பான விஷயமும் ஒனக்கு மட்டுமே நடக்குது. நானும் இத்தன வருஷம் துபாய்ல தான் இருந்தேன். ஆனா எனக்கு இந்த மாதிரி நடக்கலயே? ஏன்னு தெரியுமா? ஏன்னா நான் உன்ன மாதிரி எல்லாத்துக்கும் அழுதுட்டு உக்கார மாட்டேன்!"

இந்த முறை குரலில் சற்று கடுமை கூட்டி பேசினாள் மாயா. வைஷாலியிடம் இவள் இப்படி பேசுவது இது தான் முதல் முறை. அந்த நேரத்தில் வைஷாலி ஆசிரமத்தைக் காரணம் காட்டி ஓடி வந்தது சுத்தமாக பிடிக்கவில்லை மாயாவுக்கு.

வைஷாலி: "என்னை என்ன பண்ண சொல்ற மாயா?"

புரியாமல் கேட்டவள் விழி நீரை துடைத்தாள்.

மாயா: "என்கிட்ட கேட்டா? போ... போயி, அந்த குழந்தைய காப்பாத்து. அவ உன்ன அம்மா ன்னு தானே கூப்பிட்டா? அப்போ நீ இப்டியே ஓடிட்டா அது நல்லாவா இருக்கும்? இந்தியா போய் நிம்மதியா தூங்கிடுவியா நீ? உனக்கான கடமை துபாய்ல தான் இருக்கு வைஷாலி. அதனால தான் எத்தனையோ விஷயம் நடந்ததுக்கு அப்றமும் நீ இங்கே இருக்க.

போ... உன் கடமைய முடிச்சிட்டு இந்தியாவுக்கு வா. ஒனக்கு தேவையான பணத்த உன் அக்கவுண்டுக்கு நான் கிரெடிட் பண்றேன். Don't worry about financial thing!"

என்று கோப தொணியில் நெருப்பு பறக்க மாயா பேச, அசையாமல் நின்றாள் வைஷாலி.

மாயா: "நா சொல்றத சொல்லிட்டேன். இனி உன் இஷ்டம்!"

என்றவள் முன்னால் நடக்க, வைஷாலி அவளைத் தொடர்ந்தாள். வைஷாலியின் மனம் முழுவதும் கனம். நேரம் உருண்டோட, இந்தியாவை நோக்கி பறந்தது அந்த விமானம்.

❀ ❀ ❀

27

சட்ட ஆலோசனை

வைஷாலி நிமிர்ந்து பார்க்க, அவளின் தலைக்கு மேலால் விமானம் பறந்து சென்றது. மனதில் ஒரு தெளிவு பிறந்துதன் அடையாளமாய் அந்த விமானத்தை நோக்கி கை அசைத்தாள் வைஷாலி. இனியவள் என்ன செய்ய வேண்டும் என்பது அவளுக்கு நன்றாய் தெரியும். இன்றிலிருந்து அவள் பயணிக்கப் போகும் பாதையின் எடை தெரியவில்லை அவளுக்கு. ஆனாலும் நம்பினாள். ஏமாற்றங்களின் உச்சம் ஏதோ ஒரு நாளில் நம்பிக்கையின் நட்சத்திரமாய் மிளிரும். அப்படி ஒரு நாள் தான் இன்று வைஷாலியின் வாழ்வில் விடிந்திருந்தது.

வைஷாலி: "நா… வரேன் கிரிஷி… அம்மா வரேன்…!"

உறுதியுடன் சற்று சத்தமாய் சொன்னவள் தனக்கான திட்டங்களை வகுத்துக் கொண்டாள். இதற்கு உறுதுணையாய் இருக்க அவள் முதலில் அழைத்தது பிரகாஷுக்கு தான்.

பிரகாஷ்: "ஹலோ வைஷாலி… இப்போ நீங்க எங்க இருக்கீங்க? அன்னைக்கு நானும் ஜீவனும் உங்களுக்கு

நிறைய தடவை Call பண்ணோம். நீங்க எடுக்கவே இல்ல!"

அழைப்பு வந்ததும் படப்படவென பேசினான்.

வைஷாலி: "கொஞ்சம் busy யா இருந்தேங்க... எனக்கு இப்போ ஒரு ஹெல்ப் தேவைப்படுது. உங்களால பண்ண முடியுமா?"

நேராய் விஷயத்திற்கு வந்தாள்.

பிரகாஷ்: "இதுல என்னங்க இருக்கு? கண்டிப்பா பண்றேன். சொல்லுங்க!"

வைஷாலி: "நேர்ல பேசலாமா?"

அவள் கேட்க, உடனே சம்மதித்தவன் வர வேண்டிய இடத்தையும் சொன்னான். முன்பெல்லாம் எங்காவது செல்ல வேண்டும் என்றால் அதிகமாக யோசித்தாள் வைஷாலி. கையில் பணம் இல்லை என்பது தான் அதற்கு காரணம். இன்று மாயா கொடுத்த உதவியால், தயக்கம் இன்றி நினைத்ததை தொடர்ந்தாள்.

டாக்ஸி எடுத்தவள் சென்று இறங்கிய இடம் ஒரு காபி ஷாப்.

பிரகாஷ்: "வைஷாலி... இங்க...!"

அவன் தன் இருப்பிடத்தைக் காட்டி கொடுக்க, சிறு புன்னகையோடு அங்கு வந்து அமர்ந்து கொண்டாள்.

வைஷாலி; "ஹாய் பிரகாஷ்...!!"

பிரகாஷ்: “என்ன இன்னைக்கு ஏதோ வித்தியாசம் தெரியுதே!”

இருக்காதா பின்னே! முன்பிருந்த வைஷாலி அல்லவே இவள்.

வைஷாலி: “காலம் போகப் போக எல்லாமே மாறும் தானே பிரகாஷ்!”

அவள் ஏதோ ஒன்றை நினைத்து சொல்ல, இவன் ஏதோ ஒன்றை நினைத்துக் கொண்டான்.

பிரகாஷ்: “நிலா எப்பவும் அப்படித்தான். அவள விடுங்க. அன்னைக்கு நிலா உங்ககிட்ட அந்த மாதிரி நடந்துக்கிட்டதுக்கு சாரி சொல்றதுக்காக தான் ஜீவன் உங்களுக்கு நிறைய தடவை கால் பண்ணான். But, நிலா அந்த மாதிரி சொன்னதுக்கு அப்றம் நீங்க எப்டியும் Call ஆன்சர் பண்ண மாட்டீங்கன்னு புரிஞ்சு போச்சு. So, அதுக்கப்றம் நாங்களும் உங்கள டிஸ்டர்ப் பண்ணல…!”

அவன் சொல்ல, அழுத்தமாய் அமர்ந்திருந்தாள் வைஷாலி.

வைஷாலி: “அவள விடுங்க… அவ சின்ன பொண்ணு. நேரம் போக போக தானா எல்லாத்தையும் புரிஞ்சுப்பா…”

வைஷாலியின் பக்குவம் உண்மையில் யாருக்கும் இந்த அளவுக்கு இருக்காது.

பிரகாஷ்: “alright… நீங்க சொல்லுங்க. எதுக்காக வர சொன்னிங்க? உங்களுக்கு நான் என்ன ஹெல்ப் பண்ணனும்?”

வந்ததை பேசலாம் என்று பேச்சை ஆரம்பித்தான்.

வைஷாலி: “எனக்கு தெரிஞ்ச ஒரு குழந்தை இருக்கா. பெரு க்ரிஷிகா…!”

என்று ஆரம்பித்து நடந்த மொத்தத்தையும் சொன்னாள்.

பிரகாஷ்: “என்னங்க சொல்றீங்க? Husband and wife ரெண்டு பேருமே fraud கும்பலா இருப்பாங்க போல…?”

இப்படியும் நடக்குமா என்று தான் தோன்றியது பிரகாஷுக்கு.

வைஷாலி: “ஆமாங்க… எனக்கும் ஆரம்பத்துல கொஞ்சம் கூட டவுட் வரவே இல்ல. அந்தப் பையன் சொன்னதுக்கு அப்றம் தான், நானே நம்பினேன்! இப்போ நா என்னங்க பண்றது? துபாய் ல லீகலி இத Move பண்ணனும்னா procedure என்ன மாதிரி இருக்கும்னு எனக்கு கொஞ்சம் explain பண்ண முடியுமா? I just want to save her”

இம்முறை அவள் குரலில் ஒரு தீவிரம் இருந்தது. பிரகாஷ் சிறிது நேரம் சிந்தித்தான்.

பிரகாஷ்: “எனக்கு இது பத்தி பெருசா எதுவும் தெரியாது. But, இத பத்தி நல்லா தெரிஞ்ச friend ஒருத்தன் எனக்கு தெரியும். வாங்க அவன போய் பாக்கலாம். அவன் கண்டிப்பா எல்லாத்தையும் சொல்வான்…!”

பிரகாஷின் பதிலில் அவளுக்கு ஒரு நம்பிக்கை பிறந்தது.

வைஷாலி: “ரொம்ப தேங்க்ஸ் ங்க…!”

என்றவள் அவனோடு கிளம்பி சென்றாள். இருவரும் மாணிக்கம் எனும் ஒருவரின் வீட்டை அடைந்தனர்.

பிரகாஷ்: "மாணிக்கம் அண்ணா... இருக்கீங்களா?"

கதவைத் தட்டி கேட்க, வெளியே வந்தவரின் முகம் அவனைக் கண்டு புன்னகையில் மலர்ந்தது.

மாணிக்கம்: "என்னடா வெளியவே நின்னுட்டு இருக்க? நம்ம வீடு தானே! உள்ளவா!"

உரிமையாய் அழைத்தவரின் பார்வை ஒரு நொடி வைஷாலியின் பக்கம் திரும்பி மறைந்தது.

பிரகாஷ்: "இல்ல என்னோட ஃபிரண்டு கூட வந்தேன்..."

மாணிக்கத்தின் பார்வை அறிந்து பதில் சொன்னான்.

மாணிக்கம்: "ஓ... அப்டியா...!! என்ன விஷயம்?"

பிரகாஷ்: "சில பல டீடெயில்ஸ் வேணும். ஆமா நீங்க என்ன வீட்ட இப்படி திறந்து போட்டு வச்சிருக்கீங்க?"

அவன் கேட்க இவரோ சத்தமாக சிரித்தார்.

மாணிக்கம்: "இது என்ன நம்ம இந்தியாவா? துபாய் டா...! எவன் திருட போறான்? அந்த தைரியம் தான்!"

என்றிட, உண்மை தான் என்னும் ரீதியில் வைஷாலியும் பிரகாஷும் ஒருவர் முகத்தை மற்றொருவர் பார்த்துக் கொண்டனர்.

பிரகாஷ்: "பாத்திங்களா வைஷாலி? சரியான இடத்துக்கு தான் உங்கள கூட்டிட்டு வந்து இருக்கேன்.

நம்ம ஆளு, law சம்பந்தமான விஷயங்கள் ல பின்னி பெடல் எடுப்பாரு!"

கர்வமாய் சொல்ல, பெயருக்கு சிரித்து வைத்தாள் வைஷாலி.

மாணிக்கம்: "என்னாச்சுப்பா? ஏதாச்சும் பிரச்சனையா?"

அவன் பேசுவதிலேயே புரிந்தது அவருக்கு.

பிரகாஷ்: "ஆமாண்ணே... ரொம்ப பெரிய பிரச்சனை...!"

அவன் சொல்ல, ஒரு கணம் சிந்தித்தவர்,

மாணிக்கம்: "பிரச்சனை என்னன்னு சொல்லு...! அது சின்னதா பெருசா ன்னு நா சொல்றேன்!"

என்று அவர் சொல்ல, வைஷாலி அவரிடமும் பிரச்சனையை விளக்கிக் கூறினாள்.

மாணிக்கம்; "அச்சச்சோ! அப்போ குழந்தை உயிருக்கு எதுவும் ஆபத்து இல்லையே?"

பதறிப் போய் அவர் கேட்க,

வைஷாலி: "உயிருக்கு எல்லாம் எதுவும் இல்லைங்க.. அவ நல்லா தான் இருக்கா. நா அடிக்கடி வீட்டுக்கு போறதால அவங்க இப்போ அவள எதுவும் பண்றதில்ல. But, இனிமே எப்டின்னு தெரியலங்க!"

சோகம் அவள் குரலிலே தெரிந்தது.

மாணிக்கம்: "இப்போ உங்களுக்கு அவங்க மேல ஆக்சன் எடுக்கணுமா? இல்லனா குழந்தை Safe ஆனா மட்டும் போதுமா?"

அவர் தெளிவாக கேட்க,

வைஷாலி: “ஆக்சன் தான் எடுக்கணும் சார். இல்லனா திரும்பவும் அவங்க இதே மாதிரி பண்ண நிறைய வாய்ப்பு இருக்கு...!”

அவளின் சுயநலம் இல்லா போக்கு அவருக்கும் வியப்பை தந்தது.

மாணிக்கம்: “பண்ணிடலாம்மா... ஆரம்பத்துல அந்த பொண்ணு Study பண்ற School க்கு போயி, அந்த பொண்ணோட teachers and friends கிட்ட அவளோட போக்கு பத்தி விசாரிக்கணும். Then, அத record பண்ணிக்கணும். ஏதாவது suspicious ஆ அவங்க சொன்னா, அது ரொம்ப பெரிய ஆதாரமா இருக்கும்!”

அவர் சொல்ல தன் மூளைக்குள் அதை குறித்து வைத்துக் கொண்டாள் வைஷாலி.

வைஷாலி: “அவளோட சீனியர் பையன் ஒருத்தன்.. நான் சொன்னேன் ல அர்ஜுன்! அவனோட வாக்கு மூலம் போதாதா?”

சட்டென்று யோசனையில் பிடிபட அவள் கேட்க,

மாணிக்கம்: “இன்னும் ரெண்டு மூணு பசங்க சேந்து சொன்னா, சீக்கிரமா அத ஆதாரமா எடுத்துப்பாங்க!”

பிரகாஷ்: “ஓஹோ... அப்போ நாளைக்கே அத பண்ணிடலாம்! வேற என்ன பண்ணனும் அண்ணா?”

மாணிக்கம்: “Community Development ministry க்கு கீழ துபாய்ல local child protection authorities இருக்கு. அங்க போய் விஷயத்த சொல்லணும்...!”

பிரகாஷ்: "சொன்னதும் வந்து அரெஸ்ட் பண்ணிடுவாங்களா?"

வேலை இலகுவாக முடிகிறதே என்பது போல் அவன் கேட்க, இல்லை என்ற தலை ஆட்டினார் மாணிக்கம்.

மாணிக்கம்: "அவ்ளோ சுலபம் இல்ல. துபாய் Child Protection Services ல இருந்து ஆளுங்க வருவாங்க. அந்த வீட்டுக்கு போவாங்க. அந்த குழந்தைகிட்ட நேரடியா பேசுவாங்க. தத்தெடுத்துட்டு வந்த அம்மா அப்பா கிட்டயும் enquiry பண்ணுவாங்க. இதெல்லாம் பண்ணதுக்கு அப்றம், Medical Examination பண்ணுவாங்க!"

அவர் சொல்ல பதறிப் போனாள் வைஷாலி.

வைஷாலி: "அதெல்லாம் எதுக்கு சார்?"

மாணிக்கம்: "Physical injuries இல்லன்னா signs of abuse ன்னு ஏதாச்சும் இருக்கான்னு பாக்குறதுக்காக தான்ம்மா...!!"

என்றிட, இன்னும் சுருங்கி போனது வைஷாலியின் முகம்.

மாணிக்கம்: "அதுல ஏதாச்சும் confirm ஆனா, foster care system ன்ற ஒரு place க்கு குழந்தைய அனுப்புவாங்க. இல்லன்னா, குழந்தை எங்க இருந்து வந்துச்சோ அங்கேயே அனுப்பிடுவாங்க!"

அவர் சொல்ல, ஒரு பெருமூச்சு வெளியானது வைஷாலியிடம் இருந்து.

வைஷாலி: “நான் தான் இங்க இருக்கேன் ல! என்கிட்ட பாப்பாவ தருவாங்களா?”

கவலை தோய்ந்த முகத்தோடு அவள் கேட்க,

மாணிக்கம்: “அந்த குழந்தை ஆசையா உங்க கிட்ட வரப்போறேன்னு சொல்லும் போது அத அவங்க தடுக்க மாட்டாங்க. அப்போதைக்கு குழந்தையோட mentality தான் அவங்களுக்கு முக்கியம்…!”

வைஷாலியின் வயிற்றில் பாலை வார்த்தார்.

பிரகாஷ்: “அப்புறம் தத்தெடுத்துட்டு வந்தவங்கள என்ன பண்ணுவாங்க?”

மாணிக்கம்: “UAE laws படி… அதாவது, Federal Law No. 3, 2016 இன் படி அவங்க மேல criminal case file பண்ணுவாங்க. இந்த law வ simple லா, Wadeema’s Law ன்னு இங்க சொல்வாங்க!”

வைஷாலி: “அப்டின்னா, இந்த விஷயத்துல இந்தியன் கவர்மெண்ட் எந்த விதத்திலையும் involve ஆகாதா?”

ஆச்சரியமாய் இருந்தது அவளுக்கு.

மாணிக்கம்: “ஏன் இல்ல… இவ்வளவும் நடந்ததுக்கு அப்றம், துபாய்ல உள்ள Indian Consulate க்கு inform பண்ணுவாங்க. Adoption process அங்க இருந்து properly நடந்திருக்கா ன்னு check பண்ணுவாங்க. அது child trafficking category குள்ள வராது ன்னு verify பண்ணதுக்கு அப்புறம் தான், மூச்சே விடுவானுங்க…!”

அவர் சொல்ல, விழி விரித்து கேட்டுக் கொண்டிருந்தனர் இருவரும்.

பிரகாஷ்: "ச்சே... துபாய் ன்னா துபாய் தான் பா....! என்னா செக்யூரிட்டி ப்ராசஸ்!! அரிக்கிது புல்லு..."

என்றான் கையை தேய்த்துக் கொண்டு.

மாணிக்கம்: "இரு இரு.. இன்னும் முடியல தம்பி...!"

அவர் சொல்ல, வாயை பிளந்தான் பிரகாஷ்.

28

வெளிவந்த உண்மை

பிரகாஷ்: "வேற என்ன இருக்கு அண்ணா? அதான் எல்லாம் முடிஞ்சு போச்சே!"

புரியாமல் அவன் கேட்க,

மாணிக்கம்: "ஏற்கனவே ப்ராப்ளம் ஆனதால, சும்மா இந்த பொண்ணு கூட துபாய் கவர்மெண்ட் அனுப்பி வைக்க மாட்டாங்க. இந்தியால Child Welfare Committee க்கு தகவல பாஸ் பண்ணுவாங்க. UAE officials உம் Indian authorities உம் collaborate பண்ணி ரெம்பவும் Safe ஆ குழந்தைய இந்தியாவுக்கு கூட்டிட்டு போவாங்க. பாப்பா இந்தியாக்கு போனதும் தான், Next இந்த பொண்ணு எங்க இருக்கணும் ன்னு இந்தியாவோட கவர்மெண்ட் முடிவு பண்ணுவாங்க...! இது தான்பா முழு ப்ராசஸ்"

என்றிட, எச்சிலை விழுகினான் பிரகாஷ்.

பிரகாஷ்: "அடேங்கப்பா...! நாம இன்னும் முதல் ஸ்டெப்பே பண்ணல ன்னு நினைக்கும் போது தான், லைட்டா கண்ண கட்டுது!"

விழிகளை அழுத்தமாய் மூடி திறந்தான்.

வைஷாலி: "உங்களுக்கு எதுக்கு சிரமம். நானே பண்றேங்க. நீங்க இந்த அளவு கேட்டு சொன்னதே ரொம்ப சந்தோஷம்..!"

பெரிய மனதோடு அவள் பேச,

பிரகாஷ்; "ஐயோ நா சும்மா சொன்னேன். உங்கள தனியா விட்டேன்னு மட்டும் ஜீவனுக்கு தெரிஞ்சிச்சி, அப்புறம் என்ன உண்டு இல்லன்னு பண்ணிடுவான். இது என்னோடட கடமை. என் நண்பனுக்காக நான் பண்றேன்னு நெனச்சுக்குறேன். ப்ளீஸ் வேணாம்னு சொல்லாதீங்க!"

அவன் வேண்டி கேட்டுக்கொள்ள, வைஷாலியால் மறுக்க முடியவில்லை.

வைஷாலி: "சரிங்க... இந்த விஷயம் நிலாவுக்கு தெரியாம பாத்துக்கங்க. ஏற்கனவே என்ன அவளுக்கு பிடிக்காது. இதுல இந்த பிரச்சனை வேறன்னு, அவளோடட peaceful mind அ அவளே கெடுத்துப்பா!"

முடிவாய் வைஷாலி சொல்ல, சரி என்ற தலை அசைத்து வைத்தான் பிரகாஷ்.

பிரகாஷ்: "சரி அண்ணா... ரொம்ப தேங்க்ஸ்... அப்போ நாங்க அதுக்கான வேலை எல்லாம் பாக்குறோம்!"

சொல்லிக்கொண்டே பிரகாஷ் எழ, வைஷாலியும் எடுத்துக் கொண்டாள்.

வைஷாலி: "ஆமாங்க ரொம்ப தேங்க்ஸ்... உங்க உதவிய நா என்னைக்கும் மறக்க மாட்டேன்..."

சிறு புன்னகையோடு சொன்னாள்.

மாணிக்கம்: "இதுல என்னம்மா இருக்கு? உங்களுக்கு எந்த ஹெல்ப் வேணும்னாலும் என்கிட்ட கேளுங்க. என்னால முடிஞ்சத நான் கண்டிப்பா பண்ணுவேன்...!"

உறுதியளித்து வழி அனுப்பி வைத்தார் மாணிக்கம்.

அடுத்த நாள் காலை...

மாணிக்கம் சொன்னது போலவே க்ரிஷிகாவின் வீட்டிற்கு ஆட்கள் வந்திருக்க, ஒவ்வொருவரும் ஒவ்வொருவரை வைத்து விசாரணை செய்து கொண்டிருந்தனர். அருணுக்கு பயந்து அவர்களிடத்திலும் க்ரிஷிகா உண்மையைச் சொல்லவே இல்லை. இத்தனை நாட்கள் நடிப்பு வேறு பழக்கப்பட்டிருக்க, மகிழ்ச்சியின் உச்சத்தில் தான் இருப்பதாய் காட்டிக் கொண்டாள்.

அருண்: "நான் தான் சொன்னேன்ல Sir... சும்மா எதுக்கு குழந்தையை பயமுறுத்திட்டு இருக்கீங்க. எவன் எவனோ வேலை வெட்டி இல்லாம எதையோ சொல்லி தொலையுறான்! அதுக்காக வந்து எங்க வேலையை கெடுத்துட்டு இருக்கீங்க! தயவு செஞ்சு போங்க சார். நிம்மதியா வாழ்ந்துட்டு இருக்குற எங்க குருவி கூட்டுல கல்ல விட்டு எறியாதீங்க!"

மகா உத்தமன் போல பேச, இதை எல்லாம் வெளியே நின்று கேட்டுக் கொண்டிருந்த வைஷாலிக்கு பற்றி கொண்டு எறிந்தது.

பிரகாஷ்: "நல்லவன் போல எப்டி நடிக்கிறான் பாரு!"

அவன் சொல்ல, பற்களை கடித்தாள் வைஷாலி.

சைல்ட் ப்ரொடக்சன் ஆஃபீஸர்: "குழந்தைய எக்ஸாமினேஷன் பண்ணனும். எங்க வேலைய எங்கள பாக்க விடுங்க Sir...!"

அவர் சொல்ல பதறிப் போனான் அருண். க்ரிஷிகா அவனுடைய கண் பார்வையில் இருக்கும் வரை தான் அவனுக்கு பயந்து உண்மையை சொல்லாமல் மறைப்பாள். தனியாய் சென்றவுடன் ஒரு பாதுகாப்பு உணர்வு சிறிதாய் அவளுக்கு வந்து விட்டால் கூட, மொத்தமாய் போட்டுக் கொடுத்து விடுவாள் என்று அவனுக்கு தெரியாதா என்ன!

அருண்: "ஆல்ரெடி என்னோட வைஃப் ரொம்ப பயந்து போய் இருக்கா. எங்க? என்ன சார் பண்ண போறீங்க!"

கவலையோடு கேட்பது போல் அவன் கேட்க, திவ்யாவும் முதலைக் கண்ணீர் வடிக்க ஆரம்பித்தாள்.

திவ்யா: "என்னங்க இதெல்லாம்! கொஞ்ச நாள் சந்தோஷமா இருந்தோம்! இப்போ அதுவும் இல்லாம போகப் போகுதா?"

அருணை கட்டிப்பிடித்து அவள் அழ, வந்தவர்களுக்கே என்னவோ போல ஆனது. குழந்தையின் நிம்மதியான முகபாவனையும், பெற்றோரின் அழுகையும் அவர்களின் எண்ணத்தை தவிடு பொடியாக்கியது. இது பொய்யான தகவலாக இருக்கக் கூடும் என்று அவர்களே ஒரு நொடி ஸ்தம்பித்து போனார்கள்.

சைல்ட் ப்ரொடக்சன் ஆஃபீஸர் 2: "எனக்கு என்னவோ இவங்க பொய் சொல்ற மாதிரி தோணல சார்!"

ஒருவன் சொல்ல,

சைல்ட் ப்ரொடக்சன் ஆஃபீஸர்: "ம்... நானும் அப்டி தான் நினைக்கிறேன். ஆனாலும் final output document submit பண்ணனும் ல! அதுக்கு நாம எல்லா examination உம் பண்ணி தானே ஆகணும்? அம்மாவும் அப்பாவும் அழுதாங்க, அதனால எதுவும் பண்ணாம வந்துட்டோம்னு சொல்ல முடியாதே!"

நிதர்சனத்தை எடுத்துக் கூற, வழிவிட்டு நின்றார் மற்றைய அதிகாரி.

சைல்ட் ப்ரொடக்சன் ஆஃபீஸர்: "சார் கொஞ்ச நேரம் corporate பண்ணுங்க சார். இந்த வீட்ட நாங்க செக் பண்ணனும்!"

வீட்டை முழுதாய் சுற்றி பார்த்தனர். அதிலும் எதுவும் கிடைக்கவில்லை. வெளியே நின்று கொண்டிருந்த வைஷாலிக்கு தொண்டை வறண்டு போனது.

வைஷாலி: "என்ன பிரகாஷ் இது? ஒருவேள உள்ள எதுவும் கிடைக்கல ன்னா, விட்டுட்டு போயிடுவாங்களோ? இந்த க்ரிஷி ஏன் உண்மைய சொல்ல மாட்டேங்குறா?"

என்ன செய்வது என்று தெரியாமல் தடுமாறினாள்.

பிரகாஷ்: "கொஞ்சம் பொறுமையா இருங்க வைஷாலி. ஏதாச்சும் நடக்கும். ஏதாவது ஒன்னு மாட்டும். குழந்தைய அவன் பயமுறுத்தி வச்சிருக்கலாம் ல!"

அவன் சொல்ல, அவளுக்கும் அது தான் சரியாய்ப் பட்டது.

மொத்த இடத்தையும் அலசி விட்டார்கள். எதுவும் கிடைக்கவில்லை. அழைக்கும் பொழுது அலுவலகத்திற்கு வந்து செல்ல வேண்டும் என்கிற கட்டளையை மட்டும் பிறப்பித்து விட்டு அவர்கள் வெளியே வர, அந்த அதிகாரிகளின் முன்னால் வந்து நேர்கொண்ட பார்வையுடன் நின்றாள் வைஷாலி.

க்ரிஷிகா: "வைஷாலிம்மா…"

ஆசையாய் அழைத்த குழந்தை ஓடிவந்து வைஷாலியை கட்டிப்பிடித்துக் கொண்டாள்.

வைஷாலி: "நீ யாருக்கும் பயப்பட தேவையில்ல க்ரிஷி… எதுவா இருந்தாலும் உண்மைய மட்டும் சொல்லு. உனக்கு நா இருக்கேன். இனிமே உன்ன இங்க விட்டுட்டு போக மாட்டேன்!"

தீர்க்கமாய் அவள் சொல்ல, குழந்தை அழவே ஆரம்பித்து விட்டாள். வார்த்தைகள் பெரிதாய் வரவில்லை. கண்ணீர் மட்டும் ஆறாய் ஓடியது.

இத்தனை நேரம் சந்தோஷமாய் பதில் கூறிக் கொண்டிருந்த குழந்தை தானா இவள் என்று தான் எண்ணத் தோன்றியது வந்திருந்த அதிகாரிகளுக்கு. அத்தனை பேரும் திரும்பி அருண் மற்றும் திவ்யாவைப் பார்க்க, ஸ்தம்பித்து போய் நின்றனர் இருவரும். அங்கு அவர்கள் சத்தியமாய் வைஷாலியை எதிர்பார்க்கவில்லை.

அருண்: "வைஷாலி மேடம் நீங்க...!!"

அவன் கிட்டதட்ட திணற,

வைஷாலி: "how dare you....!!"

அந்த நொடி பற்களை கடித்து அவள் பார்த்த எரிக்கும் பார்வையில் இரண்டடி பின்னால் சென்றான் அந்த கயவன்.

வைஷாலி: "அவங்கள அரெஸ்ட் பண்ணுங்க...!"

அழுத்தமாய் அவள் சொல்ல,

சைல்ட் ப்ரொடக்சன் ஆஃபீஸர்: "மேடம் இங்கு என்ன நடக்குதுன்னு கொஞ்சம் தெளிவா சொல்றீங்களா?"

குழப்பத்தின் உச்சத்தில் நின்றார் அவர்.

வைஷாலி: "நா எதையும் சொல்ல விரும்பல. காட்ட விரும்புறேன்!"

என்றுவிட்டு தம்பதியினரை எரிச்சல் மண்டிய பார்வை பார்த்தவள்,

வைஷாலி: "அர்ஜுன்... அத எடுத்துட்டு வா!"

பெண் சிங்கமென அவள் கர்ஜிக்க, ஒரு வீடியோ ரெக்கார்டருடன் ஓடிவந்து நின்றான் அர்ஜுன்.

அர்ஜுன்: "இந்தாங்க ஆன்ட்டி...!"

அவன் அதை அவளின் கையில் கொடுக்க, வில்லத்தனமாய் சிரித்தாள் வைஷாலி.

‘இங்கு என்ன நடக்கிறது?’ என்னும் ரீதியில் அவளின் அருகில் நின்று கொண்டிருந்த பிரகாஷ் கூட உடல் புல்லரிக்க பார்த்துக் கொண்டிருந்தான்.

வைஷாலி: “Sir... இவங்க எல்லாத்தையும் மாத்திடுவாங்க ன்னு தெரியும். அதனால தான் போற மாதிரிபோயி,எல்லாத்தையும்ரெகார்ட் பண்ணிட்டேன். கடைசியா நா இவங்க வீட்டுக்கு போனப்ப குழந்தை ஸ்கூல் போய்ட்டான்னு சொன்னாங்க. ஆனா நான் ஸ்கூல் போயிட்டு கேட்டதுல, அவ ரெண்டு மாசமா ஸ்கூலுக்கே வரலன்னு சொன்னாங்க! அப்பவே புரிஞ்சு போச்சு. ஏதோ பெருசா பண்றாங்கன்னு. எனக்கு என் பொண்ணு Safe and sound ஆ வேணும். அதனால தான் இவ்ளோ நேரம் பொறுமையா இருந்தேன். இந்த பையன் தான் எனக்கு ரொம்பவுமே ஹெல்ப் பண்ணான்..!”

அர்ஜுனை அவள் கை காட்ட, நடந்த மீதி அனைத்தையும், அத்துடன் அதை எவ்வாறு செய்தார்கள் என்பது முதற்கொண்டு அனைத்தையும் அர்ஜுன் அவர்களுக்கு எடுத்துரைத்தான்.. அதுமட்டுமில்லாமல் தினம் தினம் க்ரிஷிகாவுக்கு அவர்கள் திட்டும் வார்த்தைகளையும் சொன்னவன், கூடவே அவளின் வரைபட புத்தகத்தையும் எடுத்துக்காட்டினான்.

வைஷாலி: “உங்களுக்கு இந்த எவிடன்ஸ் போதுமா சார்?”

என்று அவள் கேட்க, அதிகாரிகளின் பார்வை குழந்தையின் பக்கம் திரும்பியது.

வைஷாலி; “க்ரிஷி... இப்போ நீ தான் பேசணும்! கண்ண தொடச்சிட்டு பேசு. இங்க நமக்காக நாம தான் பேசணும். இல்லன்னா நம்ம தலைல ஏறி உக்காந்துடுவாங்க”

தான் கற்ற அனுபவத்தில் அவள் கூற, வைஷாலியின் இந்த புது அவதாரத்தை இப்பொழுதே ஜீவனிடம் சென்று கூற வேண்டும் என பிரகாஷின் கால்கள் பரபரத்தன.

அருண்: “சார்.. அது அது வந்து... சொல்லு க்ரிஷிகா... எதுக்கும் பயப்படாத! அதெல்லாம் பொய்ன்னு சொல்லு!”

அவன் மிரட்டாமல் மிரட்ட, ஒற்றை நொடி வைஷாலியின் முகம் பார்த்த க்ரிஷிகாவின் மூளைக்குள் ஒலித்தது எல்லாம் வைஷாலி இறுதியாக கூறிய வார்த்தைகள் தான். ‘உனக்காக நீ தான் பேசணும்’

க்ரிஷிகா: “ஆமா சார்... இங்க கூட்டிட்டு வந்த நாள் ல இருந்து இவங்க என்ன கொடும படுத்துறாங்க. இவங்களுக்கு நான் பொண்ணா இருக்குறது பிடிக்கவே இல்ல. என்ன விட்டுடுங்க ன்னு எவ்ளவோ கெஞ்சி பாத்துட்டேன். ஆனாலும் என்ன வெளில விட்டா, அவங்கள போலீஸ் அரெஸ்ட் பண்ணிடும்னு சொல்லிட்டு வேண்டா வெறுப்பா என்ன இங்க அடச்சு வச்சிருந்தாங்க. என்ன தயவு செஞ்சு காப்பாத்துங்க. நான் என் வைஷாலி அம்மா கூடயே இந்தியாவுக்கு போயிட்றேன்.. எனக்கு இவங்க கூட இருக்க வேணாம்... ப்ளீஸ்”

அழுத வண்ணம் கூறிய குழந்தை மீண்டும் வைஷாலியை இறுக்க கட்டிக் கொள்ள, அந்த இருவரைத் தவிர, மற்றைய அனைவரின் மனமும் அந்த குழந்தையின் கூக்குரலில் கரைந்து தான் போனது.

❀ ❀ ❀

29

கைது

அருண்: "சார் எங்க குழந்தைய மிரட்டி...!"

CP officer: "will you shut up!"

உச்சகட்ட ஆத்திரத்தில் கத்தினார் அவர்.

CP officer: "அந்த பொண்ணு தான் அவ்ளோ தெளிவா சொல்றாளே! எல்லாத்துக்கும் மேல எங்ககிட்ட வீடியோ ஆதாரம் இப்ப இருக்கு. You are under arrest. Officers… Arrest them!"

வந்தவர்களில் பெரியவர் கட்டளையிட, காவியா மற்றும் இருவரும் அவர்களின் custody க்கு சென்றனர்.

வைஷாலி: "ரொம்ப thanks sir. நீங்க பண்ணது ரொம்ப பெரிய உதவி!"

மனதார அவள் சொல்ல,

CP officer: "இல்ல மேடம்… நீங்க தான் சரியான நேரத்துல சரியான ஆதாரத்த கொண்டு வந்து குடுத்திருக்கீங்க. இல்லனா நாங்க இங்கருந்து வெளிய போயிருப்போம். இந்த விஷயமும் ரொம்ப நாளைக்கு

இழுத்துட்டு இருந்திருக்கும். இதனால அந்த சின்ன புள்ளையோட வாழ்க்கை தான் பாதிப்படஞ்சிருக்கும். நீங்க பண்ண ஒரு clever ஆன வேலையால, அந்த குழந்தையோட future க்கு இனி எந்த பாதிப்பும் இல்ல...!"

அவர் சொல்ல, வைஷாலியோ மெல்ல அர்ஜுனின் தலையை தடவி விட்டாள்.

வைஷாலி: "இதெல்லாமே என்கூட இருந்து பண்ணது இந்த பையன் தான். சின்ன பையனா இருந்தாலும் மனசுல நிறையவே தைரியம் இருக்கு. இவன் மட்டும் இல்லன்னா, என்னாலையும் எதுவும் பண்ணியிருக்க முடியாது...!"

அர்ஜுனனை நினைத்து உண்மையாகவே அவளுக்கு பெருமையாய் தான் இருந்தது.

CP officer: "உன் அம்மா அப்பா எங்க தம்பி?"

அவர் கேட்க, இவனின் முகமோ சட்டெண வாடியது.

அர்ஜுன்: "எங்க அம்மா அப்பா business ல busy யா இருக்காங்க. எப்ப வீட்டுக்கு வருவாங்க ன்னு எனக்கே தெரியாது. திடீர்னு surprise ஆ வருவாங்க. அதே மாதிரி surprise ஆ போயிடுவாங்க. That's my life... it's okay... எனக்கு இது பழகிப்போச்சு!"

சாதாரணமாய் அவன் சொன்னாலும், அதன் தாக்கம் என்னவென்று க்ரிஷிகாவாலும் வைஷாலியாலும் நன்றாய் புரிந்து கொள்ள முடிந்தது. காரணம்

அவர்களும் விதி செய்த சதியால் அனாதை வாழ்க்கை வாழ்ந்தவர்கள் ஆயிற்றே! ஒரே ஒரு வித்தியாசம் தான். இவர்கள் தங்களின் பெற்றோரைப் பார்த்ததில்லை. அர்ஜுன் பெற்றோர் இருந்தும் அனாதையாய் வாழ்கிறான். ஒருவர் இல்லாமல் இருப்பதை விட, இருந்தும் இல்லாமல் இருப்பது மிகப்பெரும் கொடுமை. அர்ஜுனின் நிலைக்கண்டு வைஷாலியின் கண்கள் கலங்கின.

வைஷாலி: “நீ ஒன்னும் கவலப்படாத அர்ஜுன். இன்னும் கொஞ்சம் வருஷம் தான். அப்றம் நீ உன்னோட வாழ்க்கைய உன் கையில எடுத்து வாழ வேண்டிய time வந்துரும். Then, இத பத்தி எல்லாம் கவலைப்பட உனக்கு நேரம் இருக்காது!”

வைஷாலி ஆறுதல் சொல்ல,

அர்ஜுன்: “எனக்கு யாரும் இல்ல ன்னு யார் சொன்னாங்க? எனக்கு என்னோட best friend gang இருக்காங்க. என்ன நடந்தாலும் என் கூடவே இருப்பாங்க. எல்லாத்துக்கும் மேல க்ரிஷி இருக்கா. நீங்க இருக்கீங்க. அம்மா அப்பா மட்டும் தான் இல்ல. மத்தபடி என்ன சுத்தி எப்பவும் ஆளுங்க இருப்பாங்க…!”

கெட்டதிலும் ஒரு நல்லதை எடுத்துக் கொள்ளும் அவனின் மனப்பாங்கு வைஷாலிக்கு மிகவும் பிடித்திருந்தது. ஒருவேளை அவளும் இதே போல ஆரம்பத்தில் இருந்தே இருந்திருந்தால், நிச்சயம் பலரின் இழப்பு அவளுக்கு கண்ணீரை வரவழைத்திருக்காதோ என்னவோ!

வைஷாலி: "very good அர்ஜுன். அப்டி தான் இருக்கணும்...!"

என்றவள் அதிகாரிகளின் பக்கம் திரும்பினாள்.

வைஷாலி: "Next என்ன சார்?"

ஒரு புள்ளியில் நிற்க முடியாது அல்லவா! அடுத்து இருக்கும் procedure ஐ முடித்துவிட்டு இந்தியாவுக்கு சென்று விடலாம் என்று நினைத்தாள்.

CP officer: "நீங்களும் எங்க கூட வாங்க. Crime உறுதி ஆகிட்டு ன்னு இந்த பொண்ணு கிட்ட இருந்தும், உங்ககிட்ட இருந்தும் சில பல வாக்குமூலங்களும், அப்றம் கொஞ்சம் சிக்னேச்சரும் வாங்கணும். அப்றம் இந்தியாவுல இருக்குற அந்த ஆசிரமத்துக்கு Phone பண்ணி confirm பண்ணிடுவோம். Then, எல்லாம் முடிஞ்சதும் நீங்க பொண்ண கூட்டிட்டு கிளம்பலாம்...! and எங்க நாட்டுல வச்சு இந்த மாதிரி நடந்ததால, நீங்க safe ஆ இந்தியா போறதுக்கான எல்லா செலவையும் துபாய் கவர்மெண்ட்டே பாத்து பண்ணி குடுக்கும்!"

அவர் சொல்ல, க்ரிஷிகா ஆனந்தமாய் வைஷாலியை அனைத்துக் கொண்டாள்.

வைஷாலி: "எல்லாமே ஓகே க்ரிஷி. இனி நீ யாருக்கும் பயப்பட வேணாம்.."

சொன்னவள் அவளும் குழந்தையை அணைத்துக் கொள்ள, இருவரையும் ஆசையாய் பார்த்துக் கொண்டிருந்தான் அர்ஜுன். இத்தனை தைரியமாய்

இருந்தாலும் அவனும் ஒரு குழந்தை தானே! அவனை அருகே வர சொன்னவள், ஒரு தாயாய் அவனையும் அரவணைத்துக் கொண்டாள்.

க்ரிஷிகா: “ரெம்ப thanks அர்ஜுன். அந்த அருண் அங்கிள் உன்ன ரொம்பவுமே டார்ச்சர் பண்ணாரு. ஆனாலும் நீ எனக்காக இவ்ளோ தூரம் கஷ்டபப்பட்டு இருக்க…! Thanks…”

அவன் செய்தது சிறு உதவி இல்லை என்று மட்டும் புரிந்தது அந்த பிஞ்சு உள்ளத்திற்கு.

அர்ஜுன்: “இந்தியா போனதும் என்ன மறந்துட மாட்ட ல?”

ஏதோ ஒரு ஏக்கம் அவனின் குரலில். ஆயிரம் தான் இருந்தாலும் அவன் மனம் தொட்ட முதல் பெண் அல்லவா அவள். பிரிந்திட மனம் வரவில்லை அவனுக்கு.

க்ரிஷிகா: “நீ எதுக்கும் கவலைப்படாத அர்ஜுன். நா கண்டிப்பா நல்லா படிச்சு பெரிய பொண்ணாகி, உன்ன பாக்க இங்க வருவேன்…!”

சிறு குரலில் வாக்கு கொடுத்தாள்.

அர்ஜுன்: “நீ வரலனாலும் நா வருவேன். இதோ… இங்க இருக்கு இந்தியா…!”

தன் முழு கரம் உயர்த்தி முதுகுக்குப் பின்னால் அவன் காட்ட, பக்கென்று சிரித்தாள் வைஷாலி.

வைஷாலி: “அர்ஜுன்... உன் வீடியோ கேமரா இப்ப எங்க இருக்கு?”

அர்ஜுன்: “அத தான் அவங்க எடுத்துட்டு போயிட்டாங்களே!”

என்றான் அப்போது தான் ஞாபகம் வந்தவனாய்.

ப்ரகாஷ்: “அதெல்லாம் குடுத்துடுவாங்க தம்பி...! நானும் உங்க கூடத்தான் வந்தேன் ஞாபகம் இருக்கா மேடம்?”

அவன் சொல்ல, அப்படி ஒருவன் தன்னோடு வந்ததையே மறந்து போயிருந்தாள் வைஷாலி.

வைஷாலி: “ஐயோ சாரி பிரகாஷ்... நடந்த கலவரத்துல கொஞ்சம் இமோஷனல் ஆகிட்டேன்...!”

நடப்பை உணர்ந்து அவள் நாக்கை கடிக்க,

பிரகாஷ்: “நீங்க இன்னைக்கு பண்ண சாகசம் எல்லாத்தையும் நா மட்டும் போய்ட்டு ஜீவன்கிட்டயும் நிலாகிட்டயும் சொன்னேன்னு வைங்களேன்! சும்மா க்ளாப்ஸ் பறக்கும்... நாங்க மொத தடவ பாத்த பயந்து போய் ஒடுங்கி நின்ன வைஷாலி எங்க! இந்த சிங்கப்பெண் வைஷாலி எங்க...! வர்ரே வாஹ்... செம போங்க!!”

பாராட்டி தள்ளினான் அவளை. உண்மையில் இப்பொழுதே சென்று ஜீவனிடமும் நிலாவிடமும் அவள் குறித்து சொல்ல ஆர்வம் கொண்டான் பிரகாஷ்.

வைஷாலி: “ஐயோ நா உங்ககிட்ட திருப்பியும் சொல்றேன். நிலாவுக்கு இந்த விஷயம் தெரியாம

பாத்துக்கங்க. நா திருப்பியும் அவளோட வாழ்க்கைக்குள்ள வந்திருக்கேன்னு தெரிஞ்சா கண்டிப்பா கோவப்படுவா!"

அன்று நிலா பேசிய வார்த்தைகளே இன்னும் அவளின் மனதில் ஆழமாய் பதிந்திருந்தன.

பிரகாஷ்: "நீங்க எப்டி மாறிட்டீங்களோ! அதே மாதிரி நிலாவும் மாறிட்டா. நம்புங்க"

எவ்வளவோ எடுத்துரைக்க முயன்றான்.

வைஷாலி: "அவ மாறிட்டாலும், சில விஷயங்கள் முடிஞ்சது முடிஞ்சதாவே இருக்கட்டும். எதுக்கும் நா கமா போட்டு ஸ்டார்ட் பண்ண விரும்பல. நா இப்டியே தனியாவே இருந்துட்றேன்!"

சொன்னவளிடம் இருந்து ஒரு பெருமூச்சு வெளியானது.

பிரகாஷ்: "சரி அப்றம் உங்க இஷ்டம். நெக்ஸ்ட் என்ன பிளான்?"

தான் இனி செல்வதா இருப்பதா என்கிற கேள்வி அவனுக்குள்.

வைஷாலி: "அந்த child care centre க்கு போயி remaining procedure லாம் முடிச்சுட்டு….!!"

பிரகாஷ்: "முடிச்சுட்டு இந்தியா கிளம்ப போறீங்களா?"

சட்டென்று அவன் கேட்க, ஏதோ ஒன்றை நினைத்து மர்மமாய் சிரித்தாள் வைஷாலி.

பிரகாஷ்: "இப்ப நான் என்ன கேட்டேன்னு இப்டி வில்லத்தனமா சிரிக்கிறீங்க?"

வேதாளம் திரைப்படத்தின் அஜித் குமாரைப் போல நொடிக்கு ஒரு முக பாவணையைக் காட்டும் வைஷாலியை புதிதாய் பார்த்துக் கொண்டிருந்தான் பிரகாஷ்.

வைஷாலி: "உன்கிட்ட வேற கேமரா இருக்கா அர்ஜுன்?"

அதே புன்னகையோடு அவனிடம் கேட்க,

அர்ஜுன்: "ஐயா... next fight sequence ஆ... எங்க அப்பாவோட கேமரா இருக்கு. நான் ரெடி, நெக்ஸ்ட் எங்க போக போறோம் ஆண்ட்டி!"

அவளை விட அவன் தான் அதி ஆர்வமாய் இருந்தான்.

வைஷாலி: "இன்னொரு தீய சக்திய ஒழிக்க வேண்டிய வேலை ஒன்னு இருக்கு... என்ன ப்ரகாஷ்? நீங்களும் வரிங்களா? or நான் மட்டும் போகட்டுமா?"

தில்லாய் அவள் கேட்க,

பிரகாஷ்: "எம்மா தாயே.... யாரு என்ன ன்னு வெவரத்த சொல்லிட்டு போம்மா... திடீர்னு சூப்பர் பவர் கிடைச்ச மாதிரி, கிடைக்கிற கேப்ல எல்லாம் பூந்து விளையாடுறியே!"

பிரகாஷ் வாயைப் பிளக்க,

வைஷாலி: "எல்லா கதைலயும் ஒரு வில்லன் இருப்பான் ல! அதே மாதிரி என் கதைல வில்லன் இந்த கேடுகெட்ட நாய் தான். துபாய்க்கு வந்ததுல இருந்து அவனால

நா படாத கஷ்டமே இல்ல. என்ன மாதிரி இன்னொரு பொண்ணு அவன் கைல சிக்கி சீரழியக் கூடாது. அதுக்கும் சேத்து ஒரு ஃபுல் ஸ்டாப் வச்சிட்டு தான் போகணும். நா இங்க பண்ண வேண்டிய கடமைகள் ல இதுவும் ஒன்னு பிரகாஷ்...!!"

அழுத்தமாய் சொன்னவளது விழிகளில் தீவிரம் கூடியது.

பிரகாஷ்: "அப்டி யாருங்க...? உங்களுக்குள்ள இந்த அளவுக்கு பழி வெறிய தூண்டுனது?"

புரியாமல் அவன் விழிக்க, விழிகள் இடுங்க வைஷாலி அவன் பெயர் உச்சரித்தாள்.

வைஷாலி: "ஆதித்யா....!!"

❀ ❀ ❀

30

துபாய் Tour

ஆதித்யா: "wow….!!"

முன்னால் வந்து நின்ற வைஷாலியை தன்னை மறந்து பார்த்தபடி எழுந்து வந்தான் ஆதித்யா. அவளோ வழக்கம் போல் எதுவுமே பேசவில்லை.

ஆதித்யா: "என்ன… இன்னைக்கு நா கூப்டாமலயே வந்திருக்க…! இனிமே அவன் என்ன செஞ்சாலும் நா பாத்துக்குறேன்னு உன் கூட பொறக்காத பாசக்கார அண்ணன் ப்ராமிஸ் பண்ணி அனுப்பி வச்சான்னா என்ன?"

நக்கலாய் கேட்டுக் கொண்டே அவளை நெருங்கி வந்தான் ஆதித்யா.

வைஷாலி: "அப்… அப்டியெல்லாம் இல்ல சார்!"

விழிகள் படபடக்க சொன்னாள்.

ஆதித்யா: "you know what sweetie…!! எனக்கு உன்கிட்ட பிடிச்சதே இந்த பயம் தான். எந்த பொண்ணா இருந்தாலும் ஒரு கட்டத்துக்கு மேல தன் உயிரே போனாலும் பரவாயில்லை ன்னு, யாராவது வற்புறுத்தி

சொல்ற விஷயத்த பண்ணாம விட்டுடுவாங்க. ஆனா நீ அப்டி இல்ல. முடியாதுன்னும் சொல்ல மாட்ட, முடியும்னும் சொல்ல மாட்ட... எந்த டெசிஷன் எடுக்கிறதுன்னு தெரியாம நீ தடுமாறிட்டு இருக்குற நேரத்துல எனக்கான தேவைய நா பூர்த்தி செஞ்சிட்டு போய்கிட்டே இருப்பேன்!”

‘நான் செய்வதை செய்வேன். உன்னால் என்னை எதுவும் செய்ய முடியாது’ என்கிற தோரணையில் பேசியவனை நிமிர்ந்து கூட பார்க்கவில்லை அவள்.

ஆதித்யா: “ஆமா... என்கிட்ட வரும் போது ரொம்ப ஒழுக்கமா அடக்கம் ஒடுக்கமா, ஒடம்பு மொத்தத்தையும் மூடிக்கிட்டு தானே வருவ? இன்னைக்கு என்ன லைட்டா இடுப்பு விசிபலா இருக்கு? எனக்கு ஓகே சொல்லலாம்னு முடிவு பண்ணிட்டியா டார்லிங்? அதுவும் சரியான முடிவு தான். ஆனா கண்டிப்பா நா உன்ன கல்யாணம் பண்ணிக்கிட்டே ஆகணும்னு நீ என்ன வற்புறுத்தக் கூடாது சரியா? நீ எனக்கு கரெக்டா கம்பெனி கொடுத்தா, உன்ன கல்யாணம் பண்ணிக்கிறத பத்தி நா யோசிக்கிறேன்!”

அவனது குரலே அவன் வேறு ஒரு முடிவில் இருப்பதைத் தெளிவாய் எடுத்துரைத்தது. வைஷாலிக்கு வேண்டியது இது அல்லவே! ஆக, அவனின் மனதுக்குள் உறங்கிக் கொண்டிருக்கும் அந்த கேடுகெட்ட மிருகத்தை தட்டி எழுப்ப வேண்டிய சூழ்நிலையில் இருந்தாள் வைஷாலி.

வைஷாலி: "இல்ல சார்... நீங்க தப்பா புரிஞ்சுகிட்டீங்க. நா... நா வேலைய resign பண்ணிட்டு போகலாம்னு தான் இங்க வந்தேன்...!"

ஒற்றை நொடியில் ஆதித்யாவின் மொத்த மென்மை குணத்தையும் அவள் பஸ்பமாக்க, அவளை எரிக்கும் பார்வையோடு திரும்பினான் கயவன் அவன்.

ஆதித்யா: "என்ன சொன்ன... இப்ப நீ என்னடி சொன்ன?"

ஆவேசமாய் கேட்டுக்கொண்டு அவளை மீண்டும் அவன் நெருங்க, இரண்டடி பின்னால் நகர்ந்தவள் தனக்குப் பின்னே இருந்த சுவற்றில் ஒட்டி நின்று கொண்டாள்.

ஆதித்யா: "என்கிட்டயே வந்து அந்த மாதிரி சொல்ல ஒனக்கு என்ன தைரியம் இருக்கணும்!! எவன் கொடுத்த தைரியம் டி...!!"

கோபத்தில் அவன் பற்களைக் கடிக்க, இன்னும் சற்று பயமாகத் தான் இருந்தது அவளுக்கு. ஆயினும் பயந்தால் எதையும் சாதிக்க முடியாது எனும் தன்னுடைய வாழ்வின் படிப்பினையை மீண்டும் மீண்டும் தனக்குள் சொல்லிக் கொண்டவள் அதைத் தகர்த்தெறிந்து நின்றாள்.

வைஷாலி: "தப்பா பேசாதீங்க சார்... பொண்ணுங்களை மதிக்க உங்களுக்கு உங்க அம்மா சொல்லிக் குடுக்கலையா?"

அழுத்தமாய் அவள் கேட்க, அவனோ பயங்கரமாய் சிரிக்க ஆரம்பித்தான்.

ஆதித்யா: "நீ என்ன பைத்தியமா டி...? டிபிகல் இந்தியன் வுமன். உங்களுக்கு எல்லாம் நிஜமாவே பைத்தியம் தான். கடவுள் ஆணையும் பெண்ணையும் படைச்சதே அவங்க ரெண்டு பேரும் அட்ராக்ட் ஆகணும்னு தான். எதுக்காக இயற்கைய மாத்த ட்ரை பண்றீங்க? ஒருத்தனுக்கு ஒருத்தி ன்றது எல்லாம் நாம உருவாக்கிக்கிட்டது தான் வைஷாலி. இதையெல்லாம் நீ ஃபாலோ பண்ணனும்னு எந்த அவசியமும் கிடையாது. நீங்களா உங்களுக்கு போட்டு வச்சிருக்குற அந்த கோட்டுல இருந்து வெளிய வாங்க!"

ஏதோ புரட்சி மகான் போல பேசினான்.

வைஷாலி: "நீங்க சொல்ற மாதிரி அப்டி அட்ராக்ட் ஆகுற பொண்ணுங்க இந்த உலகத்துல எத்தனையோ பேர் இருக்காங்க. அவங்க கிட்ட நீங்க ஏதாச்சும் ட்ரை பண்ணுங்க. ஆனா நான் உங்களுக்கு சரியா வர மாட்டேன். என்ன ஒழுக்கமா வளர்த்திருக்காங்க...!"

அவள் மேலும் எரிகிற நெருப்பில் எண்ணெயை ஊற்ற,

ஆதித்யா: "how dare you talk to me like that way...! என்னடி சொன்ன? உன்ன ஒழுக்கமா வளத்திருக்காங்களா? இப்பவே உன்னோட ஒழுக்கம் மானம் கற்பு etc... etc... எல்லாத்தையும் இல்லாம ஆக்கி காட்டுறேன்...!!"

மிருகம் போல அவளை நெருங்கியவன், அவளது சேலையின் நுனியைப் பிடித்து இழுக்க, சரியாக

அந்த அறையின் கதவு உடைபடும் சத்தம் கேட்டது. இதை சற்றும் எதிர்பார்க்காத ஆதித்யா அதிர்ந்து திரும்பிப் பார்க்க, அங்கு போலீஸ் பட்டாளமே நின்று கொண்டிருந்தது. அடுத்த நொடி வைஷாலியை தான் பார்த்தான் ஆதித்யா. வில்லனுக்கு ஏற்ற வில்லி போல இதழ் வளைத்து சிரித்தவள் முற்றிலும் அவனுக்குப் புதிது தான். வைஷாலியிடமிருந்து இப்படி ஒரு அதிரடி எதிர்வினையை அவன் நிச்சயம் எதிர்பார்க்கவில்லை.

ஆதித்யா: "ஏய்….!!"

அத்தனையும் தவிடு பொடியானதை நினைத்து அவன் பற்களைக் கடிக்க,

வைஷாலி: "எல்லாருக்கும் ஒரு நேரம் வரும் ஆதித்யா. It's my turn… என்ன சொன்ன? ஒழுக்கமா வளந்தா, நீ அத இல்லாம ஆக்குவியா? Okay fine… உன்ன மாதிரி ஆளுங்கள சரி பண்ண தான் இவங்க வந்திருக்காங்க! நீங்க எல்லாம் mentally upset ஆன ஆளுங்க. உங்களுக்கு எல்லாம் இவங்க குடுக்குற ட்ரீட்மென்ட் தான் சரியா இருக்கும்… போய்ட்டு வாங்க ஆதித்யா. Have a nice journey!!"

நக்கலாய் அவள் சொல்ல, எதுவும் செய்ய முடியாத நிலையில் இருந்தவனை கைது செய்து அழைத்துச் சென்றனர் போலீஸ்காரர்கள். போகும் போதும் வைஷாலியையே வன்மம் கக்கும் பார்வை பார்த்துக்கொண்டு ஆதித்யா செல்ல, அவனை ஒரு தூசு போல எண்ணி மதிக்காமல் திரும்பிக்கொண்டாள் வைஷாலி.

அர்ஜுன்: “wow... aunty... கலக்கிட்டீங்க போங்க!”

அவனுக்கு இப்படிப்பட்ட விஷயங்களை எல்லாம் செய்வதில் அலாதி பிரியம்.

க்ரிஷிகா: “செம்ம வைஷாலி அம்மா... இந்த மாதிரி ஆளுங்கள இப்டி தான் பண்ணனும்!”

அருண் மற்றும் திவ்யாவோடு இருந்ததில் ஓரளவுக்கு விஷயங்கள் பிடிப்பட்டிருந்தது அந்தக் குழந்தைக்கு.

பிரகாஷ்: “உங்க லிஸ்ட் முடிஞ்சு போச்சா? இல்லன்னா இன்னும் பாக்கி ஏதாவது இருக்கா?”

அவன் கேட்க மூவரும் சிரித்தனர்.

வைஷாலி: “என்னோட விஷ் லிஸ்ட் முடிஞ்சு போச்சு. உங்களுக்கு ஏதாச்சும் ஆசை இருந்தா தாராளமா சொல்லுங்க. ஏன்னா இன்னும் ரெண்டு மூணு நாள் ல நாங்க இந்தியா கிளம்பிடுவோம். அப்றம் உங்களையெல்லாம் எப்போ பாப்போம்னு தெரியாது ல!”

சொல்லும் போதே சற்று கவலையாக தான் இருந்தது. ஏனெனில், இங்கு நின்று கொண்டிருக்கும் அனைவரும் ஏதோ ஒரு விதத்தில் எதிர்பாராமல் வந்து சேர்ந்து கொண்டவர்கள் தான். எதிர்பார்ப்புகளோடு கிடைக்கும் உறவுகள் என்றும் நிலைக்கும் என கூறி விட முடியாது. ஆனால் எதிர்பாராமல் கடவுள் தந்த சொந்தம் என்றென்றும் தோளோடு கைகோர்த்து நிற்பர்.

க்ரிஷிகா: “வைஷாலிம்மா... துபாய்ல இருக்கேன்னு தான் பேரு... ஆனா நா துபாய பாத்ததே இல்ல

தெரியுமா? நாம இன்னைக்கு நாலு பேரும் சேந்து துபாய சுத்தி பாக்கலாமா?"

ஆசையாய் அவள் துள்ளிக் குதித்து கேட்க, மாயா கொடுத்த பணம் அக்கவுண்டில் இருக்கும் பொழுது என்ன தயக்கம் வைஷாலிக்கு...!!

வைஷாலி: "ஒனக்கு ஓகேவா அர்ஜுன்?"

பிரகாஷ் எப்படியும் வருவான் என்று தெரியும். அர்ஜுனிடம் தான் கேட்க வேண்டி இருந்தது.

அர்ஜுன்: "நா முடியாதுன்னு சொல்வேனா? கண்டிப்பா வரேன்... இப்பவே கிளம்பலாம்.. வாங்க!"

கரும்பு தின்ன கூலியா? க்ரிஷிகாவுடன் இருக்க முடியாது என்றா சொல்வான்!! உடனே அவனும் சம்மதம் சொல்ல, அன்றைய நாள் முழுவதும் அத்தனை அக்கப்போராக இருந்தது அவர்களுடன். போகாத இடமெல்லாம் போனார்கள். கூடவே பிரகாஷும் இருக்க, இன்னும் இலகுவாய்ப் போனது. எந்தெந்த இடங்களுக்கு சீக்கிரம் செல்ல முடியுமா அத்தனை இடத்தையும் பார்வையிட்டனர்.

பிரகாஷ்: "என்னங்க... சின்ன பசங்க தான் இந்த அளவுக்கு எக்சைட் ஆக்குறாங்க ன்னா, நீங்களும் அவங்க கூட சேந்து சின்ன பிள்ளையாவே மாறிட்டீங்களே?"

புன் சிரிப்போடு அவன் கேட்க,

வைஷாலி: "நானும் கிட்டதட்ட க்ரிஷி மாரி தான்ங்க... இங்க வந்து எதுவுமே திங்க் பண்ண

வேணாம். எல்லாத்தையும் நிலா பாத்துப்பா ன்னு குருட்டுத்தனமா நம்பிட்டு இங்க வந்துட்டேன். அம்மாவையும் கண்டுபிடிக்க முடியல. துபாய் எனக்கு நிறைய விஷயங்கள கத்துக் குடுத்திருக்கு. நிலா என்ன எங்கேயுமே கூட்டிட்டு போனதில்ல தெரியுமா. So, எனக்கும் இது தாங்க துபாய சுத்தி பாக்குறது first time…!"

விளையாடிக் கொண்டிருந்த குழந்தைகளை ரசித்தபடியே புன்னகையோடு அவள் கூறினாலும், அந்த வார்த்தைகளுக்குப் பின்னால் மறைந்திருந்த பெரும் உண்மை பிரகாஷின் மனதை பிசைந்தது.

பிரகாஷ்: "இங்க இருந்து பாத்தா வானம் சூப்பரா தெரியும்…!"

வைஷாலியின் நினைவலைகளை அவன் திசை திருப்ப, அவளும் அந்த அற்புதக் காட்சியில் லயித்துப் போனாள். க்ரிஷிகாவை அழைத்து வந்து அர்ஜுனனும் அந்தக் காட்சியைக் காட்ட, தன்னை மறந்து வானத்தை ரசித்தபடியே வைஷாலியின் கரத்தை இறுகப்பற்றிக் கொண்டாள் க்ரிஷிகா.

❀ ❀ ❀

வைஷாலி (mind voice): "நா வைஷாலி… என்னடா!! இப்டி சம்பந்தமே இல்லாம தனியா நின்னுட்டு இருக்காளே ன்னு பாக்குறீங்களா? Yes…, தனியா தான் இருக்கேன். But நிம்மதியா இருக்கேன்.

தனிமைய பாத்து தெறிச்சி ஓடின ஆளுங்கள்ள நானும் ஒருத்தி... But, அதெல்லாம் ஒரு காலம். தனிமை... நாம நேசிச்சவங்களால நமக்கு கொடுக்கப்பட்ற ரொம்ப பெரிய விலைமதிப்பில்லாத Gift...! ஒரு கதவ மூடும் போது இன்னொரு கதவு தெறக்குற மாதிரி, ஒருத்தர் போகும் போது இன்னொருத்தர் வருவாங்க. அத enjoy பண்ண கத்துக்கிட்டேன்! life அ இருக்குற மாதிரியே வாழுறதும் கூட நல்லா தான் இருக்கு. இல்லையா பாப்பா?"

அவள் கேட்க, ஆம் என்று தலையசைத்தது அந்த 10 வயது குழந்தை. அந்த நாளும் அப்படியே முடிந்து போக, முகத்தில் உறைந்த சந்தோஷத்தோடு வீடு திரும்பிய வைஷாலி கதவைத் திறக்க முயல, அந்த வீட்டின் கதவோ தானாய் திறந்து கொண்டது. உள்ளே இருந்து வைஷாலியின் முகத்தை அச்சில் வார்த்தது போல ஒரு பெண்மணி வாசலோடு நின்று வரவேற்க, அவரின் பின்னால் சிரித்த முகமாய் நின்றிருந்தனர் ஜீவனும் நிலாவும். வைஷாலியின் வாய் தானாய் முணுமுணுத்தது.

வைஷாலி: "அம்மா....!!"

முற்றும்

– கோகுல் சந்திரன்